മടക്കയാത്ര

(കവിതകൾ)

ജോയ് നെടിയാലിമോളേൽ

ഉള്ളടക്കം

ഉള്ളടക്കം

ഉള്ളടക്കം

ഉള്ളടക്കം

രചയിതാവിന്റെ ആമുഖം

ശ്രീമതി ഏലിയാമ്മയുടെയും ശ്രീ. ഇട്ടൻ തോമസ്സിന്റെയും മകനായി 1960ൽ ജനനം.

ഇന്ത്യൻ ആർമിയിൽ (ആർമഡു കോറിൽ) ദഫൈദാർ (ഹവീൽദാർ) ക്ലാർക്കായി പതിനഞ്ചു വർഷത്തെ സേവനം. 1995 ൽ ആർമിയിൽ നിന്നും സ്വയം വിരമിച്ചു.

തുടർന്ന് ഒരു സ്വകാര്യ കമ്പനിയിൽ സീനിയർ മാനേജരായി ജോലി ചെയ്ത് 2015ൽ വിരമിച്ചു. ഇപ്പോൾ

ചെറുകിട ബിസ്സിനസ്സുമായി മുന്നോട്ടു പോകുന്നു. വായനയിലും ചിത്രരചനയിലും ഇദ്ദേഹം തല്പരനാണ്. താമസം മഹാരാഷ്ട്രയിലെ അഹമ്മദ്നഗറിലാണ്.

ഭാര്യ : വത്സല.

മക്കൾ : ദർശന , ദിവ്യ

മൊബയിൽ : 9423463971 / 9028265759

ഇമെയിൽ : joynediyalimolel@gmail.com

മറ്റു കൃതികൾ

1. ശിവംഗി - ചെറുകഥാ സമാഹാരം.

2. ഒരു പട്ടാളക്കാരന്റെ ആത്മഗതങ്ങൾ - ആത്മകഥ

3. പലായനം - നോവൽ

4. തായ്യേരുകൾ - ചെറുകഥാ സമാഹാരം

5. ഫാക്ടറി - നോവൽ

6. സമ്പൂർണ്ണ കഥകൾ - കഥകൾ

1. തറി

ഇടറുന്ന നെഞ്ചും ഇഴചേർന്ന നൂലുമായ്-
നെയ്തു ഞാനാത്തറി തന്നിൽ……,
ഇഴപൊട്ടി പലവട്ട മൊപ്പമെന്നിട നെഞ്ചും-
പലകുറിയാത്തറിതന്നിൽ ….!
കൈപ്പിടി തന്നിലൊതുങ്ങിയാച്ചെരടിന്റെ-
ഞാണിൽ കുടുങ്ങിയോരോടം കണക്കെ-
ഓടുകയാണെന്റെ ചിത്തം….!
ഉയർന്നു താഴുന്നോരാ നൂലിന്നിഴകളിൽ-
ഓടുന്നോരോടമാണെന്നുടെ ജീവൻ…,
പാവുമാ നൂലിഴ പാകുന്നോരോടത്തിൻ
വേഗമായെന്നുടെ കാലും ചലിക്കുന്നു.
ഇടറുന്ന നെഞ്ചും ഇഴചേർന്ന നൂലുമായ്-
നെയ്തു ഞാനാത്തറി തന്നിൽ……,
തറിയുടെ താളത്തിലലിയുന്നെൻ -
ജീവരാഗങ്ങളും-സ്വപ്നരേണുക്കളുമൊന്നായ്..!
പട്ടിണി മാറ്റുവാൻ പട്ടുകൾ നെയ്തു-
ഞാനെന്നിട്ടും മാറാത്ത പട്ടിണിയോ..?!
ആശകൾ കോർത്തു ഞാൻ നെയ്തൊരാ-
പൊൻപട്ടിൻ,ചിത്രങ്ങൾ വിചിത്രമായ്തോന്നി…!!
കാൽകൾ കുഴയുന്നു മഗ്ഗവും കേഴുന്നു…
അതിനൊത്തെൻ ജീവന്റെ രാഗവും തകരുന്നു…!!
ഇഴനൂലു പൊട്ടിയാ മഗ്ഗവും നിലച്ചു…,
അതിനോപ്പമെന്നുടെ ജീവതാളവും നിലച്ചു….!

2. മടക്കയാത്ര

എവിടെയെൻ ചങ്ങാതി നീ-
മടക്കയാത്രയ്ക്കു നേരമായ്.
എത്ര നാളായ് കാത്തിരുന്നു-
പുറപ്പെടാനേറെ മോഹമായ് !
നിൻകൂടെ യാത്ര പോരുമെപ്പോഴും-
ത്രസിച്ചിടുന്നെൻ ദേഹ മാദ്യ-
സ്പർശന മേറ്റിടുന്നപോൽ !
തിരക്കു മുറ്റിയ ബസ്സിനുള്ളിൽ-
പിടക്കോഴിപോൽ പ്പരിരക്ഷനൽകി.
കൈപിടിച്ചു കൂട്ടി കൂടെ-
താണ്ടിടാറുണ്ട് ഫ്ലാറ്റ്ഫോമിലും,
എയർ പോർട്ടിലും !
നിന്നെ ഗമിക്കുമഭിമാനമായ്-
പത്രാസ്സിലെന്നുമാ നാളുകൾ.
ബെർത്തിനടിയിൽ വിരിച്ച പേപ്പറിൽ,
എയർ ക്യാബിനുള്ളിലെ ക്യാരീയറിൽ-
ഭദ്രമായ്നീയൊതുക്കുമെന്ന-
പെട്ടിടാതന്യ കരങ്ങളിൽ.
ഇടയ്ക്കിടെ നിൻ ദൃഷ്ടികൾ-
അയക്കുമെന്നുടെ മേനിയിൽ.
നിർധ്ദൂളിയാക്കിനീയെന്നെ,നി-
ന്നരികിലേക്കണേച്ചിടുമ്പോൾ-
അകക്കാമ്പിലേറുമാ കോൾമയിർ-

പരിപൂരിതത്തോടെന്മനം-
ചാഞ്ചാടുമൊരു മാൻപേടപോൽ !
പുത്രകളത്രാദികൾക്കത്രവേണ്ടി-
ഏകനായ് നീയേറുമേറെ വ്യഥകൾ-
കണ്ടുമനമുരുകാറുണ്ടു ഞാൻ !
വിഘ്നമേറുമാ വീഥിയിൽ -
തോളിലേറ്റിടാറുണ്ടെന്നെനി-
ന്നരുമയാംപൈതലെന്നപോൽ !
മടങ്ങിടാൻ ഒരുങ്ങിടുന്ന നേരം-
നിനച്ചിടാത്തൊരു മാത്രയിൽ-
വന്നു കോവിഡ് ധരിത്രിയിൽ.
ഇടയ്ക്കിടെ വന്നെത്തി നോക്കുകിൽ-
നിനച്ചിടും നേരമായ് മടങ്ങിടാൻ!
സുമുഖനായ് സ്വര സാന്ദ്രമായ്-
ചൊന്നുവെന്നുടെ ചാരെ നീ,
മടങ്ങിടാം നമുക്കുടനടി–
കോവിഡൊന്നു ശമിക്കുകിൽ.
മടങ്ങുമാ വഴി യാത്രയിൽ-
തേടിയെന്നുടയോനെ ഞാൻ !
മുദ്രവെച്ചൊരു പെട്ടിയെന്നെ-
യേറ്റുവാങ്ങി കളത്രമോടതി–
വ്യസനമോടെ,
ഭഗ്ന മാനസയായവർ-
വിലപിച്ചു കേണാരാഞ്ഞു വെന്നൊടു-
കൂട്ടിയില്ലേയെൻ നാഥനെ,നീ
'മടക്കയാത്രയിൽ'

3. വിട

ചെമ്മണ്ണുപൊത്തിയ കൂരക്കിരുളിലെ,
കൈത്തിരി കത്തുമാ മഞ്ഞവെളിച്ചത്തിൽ,
അമ്മ മരിക്കുമാറുച്ചത്തിൽക്കേഴുന്നു,
വൈറ്റാട്ടിമാർപോലും എത്തിപ്പെടാത്തൊരാ
കരിമ്പനകാട്ടിലെ മൺ കൂരയിലന്നമ്മ-
പെറ്റിട്ടെന്നെയാ കീറത്തഴപ്പായിൽ!
മൂങ്ങകൾ മൂളുന്ന പുള്ളുകൾ പാറുന്ന-
കരിമ്പനക്കാട്ടിലെ ഘോരമാം തമസ്സി-
ലാരെയോ കാത്തിരിക്കുന്നൊരു പാതിരായെക്ഷി.
ഇനിയാരുമില്ലാവഴിയെത്തുവാൻ,
ചോരയും നീരും വറ്റിയൊരെന്നച്ഛരനല്ലാതെ.
പ്രേതങ്ങൾപോലും വിറച്ചുപോം അത്രമേൽ-
പ്രാകൃതമായൊരെന്നച്ഛന്റെ രൂപവും,
നിഴല്പോലും കൂട്ടിനായില്ലാതെയെന്നച്ഛര-
നിരുളിന്മറ പറ്റി കൂരയിലെത്തിയൊരാനേരം-
കണ്ടു വിറങ്ങലിച്ചമ്മ കിടക്കുന്നൊരു-
ചോരകുഞ്ഞുമായ്!
കരളിലന്നാദ്യമായ് കുളിരിട്ടൊരെന്നച്ഛര-
നുയിരെടുത്തമ്മയെ നെഞ്ചോടു ചേർത്തുകൊണ്ട-
കതാരിൽ ചൊല്ലി പ്രിയേ നിനക്കിതാ-
പുത്രനായെന്റെരൂപ- മിനിയില്ല നിമിഷമെൻ-
വിട ചൊല്ലാനല്ലാതെ!

4. കോമരം

എന്നുമാകുന്നിൻ നെറുകയിൽ പൊന്തുന്ന
സൂര്യ നമസ്ക്കാരം ചെയ്തുണർന്നു
ഉൽഫുല്ലമാം പൂമരച്ചില്ലയിൽ നിന്നു
മൊരായിരം കുഞ്ഞാറ്റക്കിളി ചിലച്ചു
ഉഷസിന്റെ കിരണങ്ങളരിച്ചരിച്ചാനില
ഭൂതലം തന്നിൽ പരക്കുകയായ്
മണ്ണിന്റെ മക്കൾ പുറപ്പെട്ടു പാടത്തു
കന്നുമായ് മണ്ണു മഥിച്ചിളക്കാൻ
തേക്കുപ്പാട്ടിന്നല ചങ്കിൽ തറക്കുന്നു
ഏതോ വിഷാദത്തിൻ തേങ്ങലുപോൽ!
കോമരം കെട്ടിയ തേവർ മടങ്ങുന്നു-
പാട വരമ്പിലൂടാടിയാടി.
ദേവിതൻ നടയിൻ നിന്നുച്ചത്തിൽ പേർചൊല്ലി
വെളിപാടു കൊണ്ടയ്യനുറഞ്ഞു തുള്ളി
എന്നിട്ടു മെന്നുടെ വിധിയെ തളച്ചൊരാ
വിധി ദേവിയെ പഴി ചൊല്ലിപാരം
കണ്ണുകളില്ലാത്ത ദേവിതൻ മാറിലെ
തിരുവാഭരണങ്ങളഴിച്ചു മാറ്റി
ഒളിയമ്പുപോലെയന്നിരുളിൽ മറഞ്ഞുപോയ്
കുടിലിൽ കുഴിച്ചിട്ടു പണ്ടമെല്ലാം!
ഇന്നുമാ മാളുവിനിത്തി പൊന്നു
കൊണ്ടൊരു നൂലുമാലയും തീർത്തതില്ല!
ഒരേയൊരു കിടാത്തിയും നിൽക്കുന്നു മാടത്തിൽ

മംഗല്യ ഭാഗ്യവും കയ്യൊഴിഞ്ഞ് !
ഇനിയെന്തിനീ മണ്ണിൽ കോമരം തുള്ളണം
നാടിന്നും നാട്ടാർക്കും പേക്കോലമായ് ?
പിന്നെ മടിച്ചില്ല ഉടവാളു പിണരുന്നു
കോമരം ഭ്രാന്തനായ്!
മാളു മകളും തൻ തലയുമരിഞ്ഞു വീഴ്ത്തി!

5. ഇന്നലെകൾ

ഇന്നലെകളെന്നോടു ചോദിച്ചു നീയാ-
പ്പിന്നിട്ട വഴികൾ മറന്നുപോയോ....?
ആ.. പിന്നിട്ട വഴികൾ മറന്നുപോയോ....?
മടങ്ങിയെൻ മനസ്സിൻ,പടിവാതിൽ തുറന്നാ-
പിന്നിട്ട വഴിലൂടേറെ ദൂരം.
ഒടുങ്ങാത്തൊരെന്നന്തരംഗത്തിൻ-
ചിറപൊട്ടി-തിരതല്ലി ഓർമ്മകൾ കടലലപോൽ!
രാവുകൾ, പകലുകൾ, മരിക്കാത്ത സ്വപ്നങ്ങൾ-
തിറകെട്ടിയാടുന്നൊരായിരം കോലമായ്..!
ചെമ്മായം തേച്ചു മറുപ്പിച്ചൊരമ്മിഞ്ഞ-
പ്പാലു നുകരുവാൻ കഴിയാതെ-
പോയതിൻ വേദവും...,
പിച്ചവെപ്പിച്ചൊരാ കയ്യു വിടുവിച്ച്-
തൊടുവിലേക്കോടിയാ കൂട്ടാരുമൊന്നിച്ച്.
അക്കരപ്പച്ചയിലാടുമേച്ചന്നാളിൽ-
പൂച്ചപ്പഴങ്ങളും,തെറ്റിപ്പഴങ്ങളും,
കീശ നിറച്ചു രുചിച്ചു നടന്ന നാൾ.
പാടവരമ്പത്തെ തുമ്പപ്പു പൂക്കളെ-
താറാവായ് വെള്ളത്തിലിട്ടു കളിച്ചതും,
പൊട്ടിയ നിക്കറിൻ വള്ളി പിടിച്ചുകൊണ്ടാ-
ട്ടയർവണ്ടി ഓട്ടിക്കളിച്ചതും,
കുസൃതിക്കിടങ്ങളോടൊത്തു മരംകേറി-
ഊർന്നൂർന്നിറങ്ങിയെൻ-നെഞ്ചു മുറിഞ്ഞതും,

ഉത്സവത്തിന്നാള് അമ്പല മുറ്റത്ത്-
മിഠായി വിറ്റു നടന്നതും-
കൂട്ടുകാരൊക്കെയുംകൂടി-
നുണഞ്ഞുവാ മിഠായി -
നഷ്ടമായ് കച്ചോടം, പൂട്ടിതന്നച്ഛന്റെ-
മുന്നിലപരാധിപോൽനിന്നു-മോങ്ങിക്കരഞ്ഞതും.
കാവിലെ സർപ്പങ്ങൾക്കൂട്ടുവാൻ പാലുമായ്-
മൂവന്തിനേരത്തി-ലോളുമായ്,പോയൊരാ നാളുകൾ,
ഇണചേർന്ന സർപ്പങ്ങളോടിച്ചു കൊത്തുവാ-
നുയിരുമായ് പാഞ്ഞു മഠത്തിലേയ്ക്ക് !
മൂവന്തി ചോക്കുമാ..കുങ്കുമ സന്ധ്യയിൽ,
കുങ്കുമം തൊടുവിച്ചവൾ തിരുനെറ്റിയിൽ-
സാക്ഷിയായ് സർപ്പത്താൻ കാവുനിന്നു !
സ്വന്തമെന്നോർത്തവർ,കുതികാലുവെച്ചു-
തകരും മനമോടവൾ കൈപിടിച്ചു....,
താണ്ടി ഞാനാ....യെന്റെ, ഇന്നലെകൾ !
ഇന്നലെകളെന്നോടു...ചോദിച്ചു നീയാ-
പ്പിന്നിട്ടവഴികൾ മറന്നുപോയോ....?
ഇടറുമെൻ കണ്ഠത്തിലമരുന്ന ഗദ്ഗദ-
മമർത്തി ഞാൻ ചൊന്നു-
മറക്കുവാൻ,കഴിയില്ലെൻ-
"ഇന്നലെകൾ"!

6. മഹാബലി

ദൈത്യകുല രാജ, മഹാബലി,
വാഴുമിഹ മിടം വീണ്ട ധരിത്രി,
പരശു വീശിക്കൊണ്ട കേരളം!
സമത്വ ചിത്തരായ് വാണു മാനുജ-
രേക സോദരരെന്ന പോലെ-
കള്ളമേതു മറിഞ്ഞിടാതെ!.
നന്മകൊണ്ടു നടമാടി കാലം-
കണ്ടു ദുരമൂത്ത സുര-പിശുന,
രൊന്നു ചേർന്നന്യായമേകി-
വിഷ്ണുചാരെ!
നിർവ്വാഹമില്ലാതൊടുവിൽ വാമന,
രൂപമായി വിഷ്ണു സ്വയമെ-
കേട്ടു മൂന്നടി മണ്ണുവേണ-
മെനിക്കു പകാരമായ് നിൻ പക്കൽ നിന്നും.
ശങ്കയേതു മേശിടാതെ-ചൊന്നു മാബലി-
യുചിതമായ് നീയെടുത്തു കൊൾക,
വേണ്ട മൂന്നടി മണ്ണു നിൻ ഹിതത്തൊട്.
ഒത്ത ചുവടുകൾ രണ്ടിനുള്ളി-
ലൊതുങ്ങി,ലോക-സ്വർല്ലോകവും!
കാൽക്കലെർപ്പിച്ചാ,മകുട,മാബലി-
ചൊന്നു വിനമ്രമായ്-
നിർവ്വാഹമില്ലില്ലേതു,മടിയന്-
നല്കുവാനെൻ ശിരസ്സു മാത്രം!

തദ്സ്വരൂപം പൂണ്ടു വാമനർ
വെച്ചു മൂന്നാം ചുവടു ബലിമേൽ!
സത്യമിന്നു മടിച്ചമർത്തോ-
രസുരർ വാഴുമീയുലകിലിന്നും-
മുറ തെറ്റിടാതിന്നാ മഹാബലി-
വന്നു പോകുന്നന്യനേപ്പോൽ!

7. ചിത്രം

ജന്മദിനാശംസകൾ നേരുവാൻ -
തുറന്നു ഞാനെൻ ഫേസ്ബുക്ക് ,
ഗോപാലകൃഷ്ണന്റെ പോസ്റ്റ് -
ഷെയർ ചെയ്തെത്തിയെൻ ഫേസ്ബുക്കിലും..!!
പോസ്റ്റിലെ ചിത്രത്തിലൊരു നായയുണ്ട്.
നായതൻ കവിൾക്കുള്ളിൽ കടിച്ചമർന്ന്-
തൂങ്ങുന്നോരു മാംസ പിണ്ഡം...!
അതിനു - ഉടലുണ്ട് തലയുണ്ട് -
കൈ-കാൽകളുണ്ട് !
വേറിട്ടു പോകാത്ത പൊക്കിൾക്കൊടി -
നിലത്തിഴയുന്ന കണ്ടാൽ സഹിക്കയില്ല.
ചേതനയറ്റൊരാ ഓമനപൊന്മുഖത്ത-
ഴലേതുമില്ല ലവലേശവും...!
ചുരുട്ടിയ മുഷ്ട്ടിയിൽ -
എന്തു നീകൊണ്ടുവന്നോമനെ-
നിന്നമ്മയ്ക്കുസമ്മാനമായ്....?!
ഏതോ നിമിഷത്തിലമ്മതൻ ആലസ്യ-
ത്തികവിൽ നിറഞ്ഞു ഞാനമ്മതന്നുദരത്തിൽ...!!
ശുനകനെ കൊന്നിട്ടു കാര്യമില്ലെന്നമ്മ-
ചെയ്തൊരു പാപത്തിൻ ഭാരമായ് ഞാൻ-
മന്നിൽ പിറന്നുപോയ് ഹായെത്ര കഷ്ടം...!!
പൊക്കിൾക്കൊടി നീ മുറിച്ചിട്ടു പോയാലും,
നിന്നന്തരംഗത്തിൽ മായാതെ നിൽക്കില്ലേ -

ഞാനെന്ന സത്യം നിൻ ജീവനുള്ള കാലം...!
ഒരുനൂറു ലക്ഷങ്ങൾ ലൈക്ക്ചെയ്തു....,
കമന്റ്സ് എഴുതി-
അതിൽ അറിയാതെ നീയുമമ്മേ –
ലൈക്ക് ചെയ്തുകാണും...!!
അതു മറ്റാരുമല്ലമ്മേ നിന്മകൻ ഞാൻതന്നെയാ...!!

8. വർണ്ണമേഘങ്ങൾ

വർമേഘങ്ങളേ നിങ്ങളെൻ പ്രെയസിയോടോത്തു-
പൂശുമോ വർണ്ണമാ നീല വിഹായസ്സതിൽ...,
കുത്തിത്തറയ്ക്കാതെ കിരണങ്ങൾ നീയെന്റെ
സഖിയെ മറച്ചു പിടിച്ചു കൊൾക....,
അവിടെയാ കുന്നിൻ ചെരിവിലെ കാട്ടാറ്
പുളകമായ് പാടുന്ന പാട്ട് കേൾക്കാം...,
അതിലെന്റെ സഖിയുടെ രാഗങ്ങളുണ്ടെന്നു-
കാതോർത്ത് കാതോർത്തിരിക്കയായ് ഞാൻ...!!
ദുരിതമാം ജീവിതയാത്രയിൽ നീയെന്റെ –
സഖിയെ ദുരിതത്തിലാഴ്ത്തിടല്ലേ ...,
അവളെന്റെ പ്രാണനാണവളെന്റെ ജീവനാ –
മൊരു നാളൊരുക്കുമോ ഞങ്ങൾക്കു നീ ?
വർണ്ണമേഘങ്ങളേ നിങ്ങളെൻ പ്രേയസിയോടോത്തു-
പൂശുമോ വർണ്ണമാ നീല വിഹായസ്സതിൽ.
ആയിരം നൂറ്റാണ്ടു മുമ്പ് തുടങ്ങിയ-
മമപ്രേമമോ നമ്മുടേതോമലാളെ?!
ഒരുമാത്ര നിമിഷവും കളയാതെ നീയെന്റെ-
പ്രേമത്തിനായ് - പ്രാർത്ഥിച്ചു കൊൾകവേണം..,
അതിലാണ് ജീവന്റെ പ്രേമമാം അണുക്കളെ-
പരിപോഷ മാക്കുവാൻ കഴിവതുള്ളൂ...!!
വർണ്ണമേഘങ്ങളേ നിങ്ങളെൻ പ്രേയസിയോടോത്തു-
പൂശുമോ വർണ്ണമാ നീല വിഹായസ്സതിൽ...,
അതിലൊരു ചിത്രം വരയ്ക്കുമോ പ്രിയതമേ-

നമ്മൾതൻ പ്രേമത്തിൻ ഛായ കൂട്ടിനാൽ നീ......?"

9. സമർപ്പണം

അമ്മതൻ അമ്മിഞ്ഞപ്പാലു നുകർന്നൊരാ കാലങ്ങൾ,
അച്ഛരൻ തൻ നെഞ്ചകമേറി നടന്നതാം കാലങ്ങൾ,
അമ്പാരിയേറ്റിയെന്നച്ഛരന്റെ മുട്ടുകൾ-
നിണമൂറിയേറിത്തഴമ്പേറി വന്നതും,
മാതുലനും കൂടെ മാവിമാരും ചേർന്ന് -
കൈമാറി മുത്തങ്ങൾ തന്നോരാക്കാലങ്ങൾ...,
സ്നേഹത്തിൻ ഊഷ്മള പരിലാളനത്തിൽ,
ബാല്യങ്ങൾ പിന്നിട്ടു പോയതറിഞ്ഞീല!
എന്നോ ഒരൊറ്റ പഥികനായ് പാന്ഥാവിൽ -
വഴിമുട്ടിനിന്നൊരാ പ്രേത ദിനങ്ങളിൽ...,
ബന്ധുമിത്രാദികളൊന്നൊന്നായ് കയ്യൊഴിഞ്ഞ -
കലുന്ന കാഴ്ച മറക്കാൻ കഴിഞ്ഞില്ല....!
അത്താണി തേടുമാ നീളുന്ന വീഥിയിൽ-
കുഞ്ചി കുഴഞ്ഞു നടന്നൊരാക്കാലങ്ങൾ !.
സ്നേഹത്തിൽ   ചാലിച്ചൊരെന്നമ്മ   നല്കിയോ-
രമ്മിഞ്ഞപ്പാലിന്റെ വില തീർത്തു-
നൽകാൻ കഴിയാതെ പോയതും ..!!
ബന്ധങ്ങളറ്റു മുറിഞ്ഞു മുറിപ്പെട്ട -
മനസ്സുമായ് ദൂരെപ്പിരിഞ്ഞുപോയ് സർവ്വവും.
അച്ഛരന്റെ പട്ടടക്കരുകിൽ നിന്നിത്തിരി -
കണ്ണീരുപൊലും പൊഴിക്കാൻ കഴിഞ്ഞില്ല...!
അമ്മയും പിന്നെപ്പിരിഞ്ഞുപോയച്ഛരന്റെ-
കുഴിമാടമങ്ങതിൽ നിദ്ര പൂണ്ടു.....!!.

ആരു കണ്ടെന്നുടെ മനസ്സിൽത്തറച്ചൊരാ -
നൂറു നൂറായിരം കൂരമ്പുകൾ....
പിതൃക്കളെ നിങ്ങൾക്കു സമർപ്പിക്കുവാനായ്
ഒന്നുമില്ലെന്‍ കയ്യിലർച്ചനാ പുഷ്പങ്ങളല്ലാതെ...!!

10. നിഴൽ

നിഴൽ മാത്രമെന്നുമെൻ സന്തത സഹചാരി
നിഴലാണെന്നുമെൻ കളിത്തോഴനും...!
എവിടെയെന്നാകിലും ഒരുമിച്ചു കൂടെയുണ്ടവ-
നെന്നെന്നും വിട്ടുപിരിയാത്ത ചങ്ങാതി....!
അന്തിച്ചുവന്നൊരാം വാനത്തിൻ-
നിഴൽ പരക്കുന്നോരു കിന്നരി-
പ്പുഴയോരത്താരോയിരിക്കുന്നു-
ചുണ്ടിൽ വിഷാദത്തിൻ മൂളിപ്പാട്ടുമായ്....!!
ഒരു മൗനമായ്...നിർന്നിമേഷമായ് -
അരുകിലാ നിഴലും വിഷാദമായ് കൂട്ടിനായ്...!!
കല്ലോനി നിന്റെ വിരിമാനത്തഴലിന്റെ-
നിഴലുമായ് കാത്തിരിക്കുന്നുവോ പ്രിയനവൻ...!
വേറിട്ടുപോയൊരാ ആത്മാവിന്നെങ്ങുമാ-
ഊഷര ഭൂവിലിന്നലയുന്നുവോ...?!
എവിടെത്തുടങ്ങിയൊരപ്രയാണത്തിന്റെ-
അന്ത്യമീ വേതാളഭൂമിതന്നെ....!
അവിടെ നിന്നവസ്സാന വിശ്രമവേളയിൽ-
നിഴൽ മാത്രമൊ നിൻ കൂടെയുള്ളൂ....?!

11. വൃദ്ധാലയം

അച്ഛരൻ പടുത്തൊരാ കാട്ടുകല്ലിന്മാട-
മുടച്ചു പടുത്തൊരാ മണിഹർമ്യ-
മതിനുള്ളിലഴലുമായ്ക്കഴിയുന്നു-
വൃദ്ധവനും വൃദ്ധയും,
പോയകാലത്തിന്റെ സ്മൃതികളിൽ-
ക്കുതിക്കുന്നു കടിഞ്ഞാൺ തകർത്ത-
ശ്വാരൂഢമായ് ചിന്തകൾ...!
കുഞ്ഞിക്കാൽ വളരുന്നോ കുഞ്ഞിക്കൈ വളരുന്നോ-
യെന്നമ്മ കൺപാർത്തു പുന്നരിച്ചാ നാളുകൾ....,
മക്കൾതൻ സൗഭാഗ്യം ശരണമേയെന്നോർ-
ത്തച്ഛരന്റെ ചോര നീരാക്കിയ നാളുകൾ!
ഒരുനൂറു സ്വപ്നങ്ങൾ നെഞ്ചകത്തേറ്റിയീ-
ക്കാലം കഴിഞ്ഞുപോയെത്രകണ്ടാകിലോ....?!,
അമ്പലം ചുറ്റി വലംവെച്ചു ദേവിയെ,
നെഞ്ചു നുറുങ്ങി പടികളിറങ്ങുമ്പോ-
ളമ്പലവാസ്സികളക്ഷമരായ് നിന്നു....!
ഓമനപ്പുത്രന്റെ മുഖമുദ്ര പോലെനിന്നോ-
മനപ്പേരക്കിടാവു ചിരിക്കുന്നു...!
മരുമകളോതുന്നു മകനോടായിങ്ങനെ-
ഇനിയില്ല നിമിഷങ്ങൾ പാഴാക്കുവാൻ-
നമുക്കക്കരെയ്ക്കെത്തുവാൻ ഒരുനൂറു കാര്യങ്ങൾ....!
ഒരുനൂറു ചേഷ്ടകൾ വിസ്മയമോടേവ-
മാനയിച്ചവരെയാ വൃദ്ധാലയത്തിൽ !

വൃദ്ധാലയത്തിന്റെ പടികൾ വിട്ടകലുന്ന മക്കളെ-
പിടയുമാ നെഞ്ചിൽ വിഷാദമടക്കി നോക്കിനിൽക്കെ-
മനസ്സു പുലമ്പുന്നു മക്കളെ നിങ്ങൾക്കു-
മൊരുദിനം വന്നെത്തുമതിനായി-
നിങ്ങളും കാത്തിരിക്യാ....!!

വൃദ്ധാലയത്തിന്റെ പടികൾ വിട്ടകലുന്ന മക്കളെ-
പിടയുമാ നെഞ്ചിൽ വിഷാദമടക്കി നോക്കിനിൽക്കെ-
മനസ്സു പുലമ്പുന്നു മക്കളെ നിങ്ങൾക്കു-

12. കന്യാമറിയം

ആരൂപമെന്നുടെ കരളലിയിക്കുന്നു-
നൊന്തുപെറ്റോരമ്മയ്ക്കതു താങ്ങുവാനാകുമോ....?
അടിയേറ്റു വീണെന്റെ പ്രാണനാം പുത്രനെ-
അലിവോലുമില്ലാതെ ചവുട്ടി മെതിക്കുന്നു....!!.
ഉരുപോലെ തല്ലിച്ചതച്ചൊരാമെന്നുയിരിന്റെ-
സിരസ്സിലും മുൾമുടി ചാർത്തിയ ലോകമേ....!!,
ഇടനെഞ്ചു പൊട്ടിക്കരയുവാനല്ലാതെ-
മകനേ കഴിഞ്ഞതില്ലൊന്നുമീയമ്മക്ക്...!!
ഓരോരോ ചമ്മട്ടി നിന്മേൽ പ്പതിയുമ്പോ-
ളമ്മതൻ ചങ്കിലും കൊണ്ടൊരാ-ചാട്ടവാറിന്നടി....!!,
മുത്തങ്ങൾ നൽകിയെന്നോമനെ നിന്മുഖ
ത്തൊട്ടുമ്മടിക്കാതെ തുപ്പിയോരെ കഷ്ടം.
അമ്മയെ അമ്മയായ് കാണാത്ത ലോകമി-
ന്നമ്മതൻ മുന്നിൽ നിൻ വസ്ത്രവും ചേരദിച്ചു.....!
കയ്യോവളരുന്നു കാലോ വളരുന്നു-
യെന്നു ഞാൻ നോക്കി വളർത്തിയൊരെൻ-
പൊന്നു പുത്രനെത്തൂക്കി മരത്തിലശ്ലാപമാം.

13. പൂവുംവണ്ടും

വണ്ടിനറിയുമോ പൂവിന്റെ വേദന-
എല്ലാം നുകർന്നു പറന്നീടുമ്പോൾ....!
എങ്കിലും കാത്തിരിക്കുന്നു ഞാൻ പിന്നെയും-
പ്രിയതമാ നിന്നുടെ വരവു കാത്ത്....!
കണവനീ ലോകത്തിൽ നല്കുന്നു കയ്പ്പുനീർ...!!
പ്രിയനോ നിനക്കായ് തരുന്നു പ്രേമം.
വണ്ടേ നീയെന്നുടെ പ്രിയനോ കണവനോ...?
കിട്ടാത്തൊരുത്തരമാണിതിന്നും !.
നിൻ-പാട്ടിലലിഞ്ഞുകൊണ്ടെല്ലാം മറന്നു-
ഞാനുന്മത്തയായൊരാ നിമിഷങ്ങളിൽ....,
സർവ്വം കവർന്നുനീ പാറിപ്പറക്കുമ്പോൾ-
നിർന്നിമേഷത്തോടെ..ഗദ്ഗദത്തോടെ-
ഞാൻ നോക്കി നില്ലൂ..!!
ഒരുനോക്കുപോലും തിരിഞ്ഞു നോക്കീടാതെനീ-
യകലുമ്പോളെന്മനം -
മിന്നൽപ്പിണർപോലെ കീറിടുന്നു...!!
നിർലോഭമായ്ത്തന്ന പ്രേമത്തിനുത്തരം-
നല്കാതെ പോകുന്നുവോ നീ-
നിന്റെ മൂളിപ്പാട്ടുമായ്...!
ഇതളിതളായി പൊഴിഞ്ഞൊരാക്കാലങ്ങൾ-
ഇനിയെന്റെ നാളായ്തിരിച്ചെത്തുമോ...?!
കരളിലൊരായിരം ആശകളിനിയുണ്ട് -
അവ പങ്കുവെയ്ക്കാതെ പിരിയരുതേ...!

14. സുനാമി

അനന്തമനന്തമാ മങ്ങറ്റ ആകാശ-
ചക്രവാളത്തിൽ ചെന്നെത്തി നില്ക്കും-
നീലപ്പരപ്പിതോ മഹാസമുദ്രം...!
കരയെപ്പുണരുവാൻ തിരതല്ലിയെത്തുന്ന-
തിരകളിലായിരം നൊമ്പരങ്ങൾ.
കര തന്റെ വിരിമാറിൽ-
ചെന്നമരുന്നനേരത്ത-
ലിഞ്ഞുപോയ്യെന്നുടെ ദു:ഖമെല്ലാം..!
ഒരു റാണിയേപ്പോലവനെനിക്കേകിയ-
പരിലാളനത്തിൽ മറന്നു ഞാനെല്ലാം...!
സ്വച്ഛന്ദമായ്പ്പിന്നെത്തിരിക കടലിലെ-
തിരകളായ് പിന്നെയും തീർന്നു പാരം....!!.
അരയന്റെ വരവു കാത്തരയത്തിയിക്കരെ-
കൺപാർത്തിരുന്നൊരാ നിമിഷങ്ങളിൽ...,
കണ്ടു അരയന്റെ ശവമേന്തി വന്നൊരാ...,
പൊങ്ങു തടിയുടെ തേങ്ങലുകൾ...!!.
കരയുടെ മക്കളെ ഒന്നൊന്നായ് തിന്നു-
തീർത്തൊടുവിലായ് എൻപ്രിയ അരയനെയും...!!
കടലമ്മയെന്നു പറഞ്ഞാൽ കനിവിന്റെ-
പര്യായമെന്നു പറഞ്ഞരയർ-
അവരുടെ കൂട്ടത്തെ തൂത്തു തുടച്ചുനീ....
കരപോലും കാണാക്കടലായ് മാറ്റി.
എന്തുപിഴച്ചുയീ പിഞ്ചുകുഞ്ഞുങ്ങൾ നിൻ-

മാനസ്സചിത്തത്തെ നോവിക്കുവാൻ....?
ഇനിയും വരാതെയിരിക്കട്ടെ ഇത്ര കണ്ടലമുറ-
കൊണ്ടൊരാ ദിനരാത്രങ്ങൾ...!!

15. കവിത

എത്ര കവിതകളെഴുതുന്നു ഞാനെന്റെ-
മാനസ്സ ഗർദ്ദത്തിൽ നിന്നുത്ഭവിക്കുമാ-
തരളമാം സായൂജ്യ നിമിഷങ്ങൾ കൊണ്ടു-
രചിച്ചൊരാം കവിതകളെൻ കരൾത്തുമ്പിനാൽ...!
എഴുതി ഞാൻ പിന്നെയും പിന്നെയും ഭ്രാന്തമായ് -
വേതാള നടനങ്ങളാടുന്ന ചടുലമാം-
നിഴൽ വീണ ചുടലയിൽ നിന്നു മെണീറ്റൊരു-
ഭൂതമായ് തോന്നുന്നുവോയെൻ കഥാ വീചികൾ...!!
ഒരുന്നൂറു സ്വപ്നങ്ങളൊന്നിച്ചു കോർത്തൊരാ-
മലർമാലതൻ നറു ഗന്ധമ്പരത്തുമാ-
പുളിനമാം സായൂജ്യ നിമിഷങ്ങൾകൊണ്ടു-
രചിച്ചൊരാം കവിതകളെൻ കരൾത്തുമ്പിനാൽ...!!
പടയണിയുടെ നടുവിൽനിന്നുശ്ശിരോടെ-
പൊരുതുമൊരു പടനായകൻ തൻ-
ചുടു ചോരയാൽ രചിച്ചതാം കവിതയിൽ-
നിന്നു മുളയ്ക്കുന്നു ക്രാന്തിതൻ വിത്തുക്കൾ....!!
അടരാടുക അവസ്സരമായ് അവസ്സാനം വരുവോളം-
ഈയവനിയിൽനിന്നുമടങ്ങുവോളം-
എന്തു നീ കൊണ്ടുവന്നെന്തു നീ കൊണ്ടുപോം......,
ഒടുവിലീ കവിതകൾ ബാക്കിയായ് വെച്ചിടാം...!!

16. ഉണരുവിൻ

പ്രിയനവൻ വന്നു നമുക്കായ് ധരണിയിൽ-
മർത്ത്യന്റെ പാപങ്ങളൊന്നായ് തുടയ്ക്കുവാൻ.
സ്നേഹം തുളുമ്പുന്ന വചനത്താലന്നവൻ-
ദിവ്യോപദേശങ്ങൾ നല്കികുലത്തിനായ്.
ദൈവത്തിൻ പുത്രനായ് വന്നിട്ടു മാനുവേൽ-
ഇടയനായ് ഉലകില്ക്കഴിഞ്ഞുകൂടി.
കൂട്ടത്തെവിട്ടൊരു കുഞ്ഞാടിനെത്തേടി-
യലയുന്നോരിടയനെക്കണ്ടുവോ നീ....?!
ഏഴല്ലെഴുപതുവട്ടം ക്ഷമിക്കുക,
ഇടതു ചെകിട്ടിന്നടിക്കുമ്പോൾ നിൻ-
വലഭാഗവും കാട്ടുവിൻ-
യെന്നരുളിയോൻ മഹാദേവൻ...!!
ലോകത്തിൻ പാപവും പേറി മഹേശ്വരൻ-
കാലിടറിയാ കാൽവറി കേറിടുമ്പോൾ-
ചാട്ടവാറിന്നടിയേറ്റുപിടയുമാ നേരവും ചൊന്നീശൻ-
ഒട്ടും വിലപിക്കവേണ്ടെനിക്കായ്-
നിങ്ങളേറുശലേം പുത്രിമാരെ....!!
ദൈവത്തിൻ പുത്രനെ കുരിശ്ശിൽത്തറച്ചിട്ടും-
ദൈവവും മൂകമായ് നിന്നുകണ്ടു....!
എത്ര ദയാലുവാണീശ്വരനെന്നിട്ടും-
പാപാന്ധകാരത്തിലുഴലുന്നു മാനവൻ...!!
ഒരുദിനം വന്നിടും അന്നുനിനക്കൊരു-
നിമിഷവുംകിട്ടില്ല പാശ്ചാത്തപിക്കുവാൻ..!

ഉണരുവിൻ വേഗമുണരുവിനിതുതന്നെ-
പാശ്ചാത്തപത്തിന്റെ പൊൻനാളുകൾ.

ഉണരുവിൻ വേഗമുണരുവിനിതുതന്നെ-
പാശ്ചാത്തപത്തിന്റെ പൊൻനാളുകൾ.

17. കരൾപങ്കുവെച്ച്

കൂത്താടിയുമ്പാടിയും നൃത്തംചവുട്ടിയു-
മടിവെച്ചടിവെച്ചു മുന്നോട്ടും പിന്നോട്ടും-
കണ്ടു കുശുകുശുത്തങ്ങിങ്ങുനിന്നവർ.
ഉള്ളിൽനുരയുന്ന മദ്യലഹരിയിൽ
ഏഴല്ലെഴുപതു വട്ടം വീണയാൾ വീഥിയിൽ.
മദ്യ രഥത്തിലേറിപ്പറക്കുമ്പോ-
ളെത്ര മധുരമാം യാത്രയിത്...!
നാലുകാലുമ്പറിച്ചോടുന്ന നായ്ക്കൾതൻ-
പിന്നാലെകൂടിപ്പിടഞ്ഞുവീണാ-
ച്ചപ്പാത്തിലത്രയും രാവുണർന്നു...!
പരപരാ വെളുത്തൊരാ നേരത്തു കൂരയിൽ-
ചോരനെപ്പോലെ കടന്നുകൂടി.
അടിവയറൊട്ടിയ കുട്ട്യോളം കെട്ട്യോളം –
കണ്ടു താനോടി കടയിലേക്ക്...!
ഇത്തിരിപ്പറ്റു കടം ചോദിച്ചതി-
ന്നാട്ടിയോടിച്ചെന്നെ വീട്ടിലേക്ക്!
എത്ര ശകാരങ്ങൾ കേട്ടുവെന്നാകിലും-
പിന്നെയുമ്പോയിയാഷാപ്പിലേക്ക്...!
സർവ്വരുപദേശിച്ചു നോക്കുകിലെങ്കിലും-
ഒട്ടും കുറച്ചില്ല മദ്യസേവ....!
പട്ടിണിപ്പാവങ്ങൾ പേക്കോലമാമക്കൾ-
തന്നച്ഛനെ നോക്കി വിറങ്ങലിച്ചു...!
മാത്രമായ് ശേഷിച്ച താലിയുമ്പൊട്ടിച്ചു-

മാന്യമായ് മൂക്കറ്റംവരെക്കുടിച്ചു.
അർദ്ധരാത്രിക്കു തുടങ്ങിയ വേദന-
കണ്ടു മടുത്തു കുടിലിലുള്ളോർ....!
നേരമ്പുലർന്നപ്പോൾ നാട്ടാരു ചേർന്നു-
കൊണ്ടാശാനെയെത്തിച്ചു ആശുപത്രീൽ...!
മക്കൾതൻ കണ്ണീരു കണ്ടിട്ടു നാട്ടാരു-
ചേർന്നു പിരിച്ചൊരാ കാശുകൊണ്ടെല്ലാ-
പ്പരിചാരകങ്ങളും ചെയ്തു നോക്കി.
ഒടുവിലാ ഭിഷഗ്വരൻ കല്പിച്ചു കക്ഷിതൻ-
കരൾ മാറ്റിവെയ്ക്കാതെ തരമേതുമില്ല...!!
ഇല്ലില്ല ആരും തുനിഞ്ഞില്ലതിനായി-
ഒടുവിലാപ്പാതിക്കരൾപ്പകുത്തു നല്കി ഭാര്യ....!
ഒരുകരളായ്പ്പിന്നെയവർ ജീവിച്ചീ മന്നിൽ-
മദ്യത്തിൻ ഗന്ധമറിഞ്ഞിടാതെ......!!

18. അമർജവാൻ

നീണ്ട റിംങ്ങടിച്ചു മൊബൈൽ -
ഓടിയടുത്തുടൻ പേരു നോക്കി..
അച്ഛൻ വിളിക്കുക വിരളമാണതിനാ -
ലാത്മാവിലാന്ദ മൂയലാടി...!
അച്ഛാ...യിതച്ഛന്റെ ഉണ്ണിയാണ്...,
അച്ഛനുമെല്ലാർക്കും സുഖമല്ലയോ...?.
അതെ..യതെ..യെന്നുണ്ണിഎന്നാലും നീയൊന്നു-
വന്നുപോയെങ്കിൽ നന്നായിരുന്നെന്നു
പറയാൻ വിളിച്ചതാ...!.
കൈമാറി ഫോണച്ഛരനുണ്ണിയോടായ്ചൊന്നു,
"അമ്മയോടല്പം മൊഴിയുകിലെന്നാകിൽ -
അമ്മതൻ ചിത്തം നിറഞ്ഞുകൊള്ളും,..!".
മമഹൃദയത്തിൽ സ്നേഹം വഴികയാലമ്മ -
ഫോണിലുറക്കെയുറക്കെ കേണു-
"ഉണ്ണീ.... എന്റുണ്ണീ...!!"
ഉണ്ണി തന്നുള്ളിലെ അമ്മതൻ സ്നേഹം –
ഗദ്ഗദത്തോടെ പുറത്തുവന്നു
"അമ്മേ.. എന്റമ്മേ..!!."
കൈമാറി ഫോണമ്മ കൊടുത്തു മരുമകൾ തൻകയ്യിൽ,
പിന്നെപ്പിന്നിട്ടു നിമിഷങ്ങൾ വാചാലമായ്..!
വയറ്റിൽ കിടക്കുന്ന കുഞ്ഞുണ്ണിതൻ സ്പന്ദനം-
കേൾക്കാനായി കെഞ്ചുമ്പോൾ-

മൊബൈൽ നിറവയറിനോടൊട്ടിപ്പിടിപ്പിച്ചു കേൾപ്പിച്ചു
കുട്ടിതൻ സ്പന്ദനം...!!
സായൂജ്യമടയുമാ നിമിഷങ്ങളെയോർത്ത്-
ഉള്ളം തുടിച്ചു പെരുമ്പറപോൽ...!
മാസ്സം തികഞ്ഞുണ്ണി പിറന്നതറീയ്ക്കുവാൻ-
അച്ഛരനടിപ്പിച്ചു റിംഗുണ്ണിതൻ ഫോണിലേക്ക്.
പലകുറി റിംഗടിച്ചപ്പോളങ്ങറ്റത്തു-
പൊട്ടിക്കരഞ്ഞു പറകയായി,
"ഉണ്ണി പിരിഞ്ഞുപോയ് നമ്മളെ വിട്ടിട്ടു പുലർകാലെ-
ഉഗ്രവാദികളോടെതിർത്തിടുമ്പോൾ....!!"
അമ്മ കരഞ്ഞു...അച്ഛരൻ കരഞ്ഞു-
ഭാര്യയും വാവിട്ടു പൊട്ടിക്കരഞ്ഞു-
"ഉണ്ണീയെന്നുണ്ണിയെന്നുറക്കെ" കരഞ്ഞു...!
രാജ്യം മുഴുക്കെ പരന്നു കാട്ടുതീയ്യുപോൽ-
രാജ്യത്തിനായ് ജീവത്യാഗം വരിച്ചൊരാ വീര-
ജവാന്മാരുടെ വാർത്തകൾ.
ബഹുമതിയോടെ അടക്കുമ്പോൾ ഭാര്യ –
കുഞ്ഞുണ്ണിയെ കയ്യിലെടുത്തു ചൊന്നു –
"അച്ഛരനെപ്പോലെ നീയും വളരണം..
രാജ്യത്തിൻ കാവലാളായിടണം....!!"

19. പ്രണയനൊമ്പരം

ആദ്യമായ് കണ്ടനാൾ മൊട്ടിട്ടൊരനുരാഗ –
മെന്നിൽ കുരുത്തൊരു വടവൃക്ഷമായ്..!!
ഋതുമതിയായൊരാ നാളുകൾ പിന്നിട്ടു –
ഋതുഭേദങ്ങൾ കടന്നുപോയി.......!!,
ഒരുങ്ങിനില്ക്കാം പവിത്രമായ്-
കാതോർത്തു നിൻ വിളിക്കായ്-
ഒരു ഹീര-റാഞ്ച, ലൈലാ-മജുനുവായ് ജീവിക്കുവാൻ-
നീയെത്തുന്ന കാലം കനവു കണ്ട്...!!
വ്യക്തി പ്രഭാവത്തിൻ പാരമ്യമാം നിൻരൂപ-
മെന്നിട നെഞ്ചിൽ കുടിവെച്ചു –
പൂവിട്ടു പൂജിച്ചൊരു ദേവനേപ്പോൽ...!!
കണ്ണിൽ തിമിരംകയറുവോളം നിന്റെ വരക്കണ്ണുമായ്–
കാത്തിരുന്നാപ്പടിവാതില്ക്കൽ ഞാൻ...!!
ഒടുവിലാ നാളും വന്നെത്തിയെൻ ചാരെ,
നിൻ വിയൊഗത്തിൻ ഭ്രാന്തമാം ദൂതുമായ്...!!
മംഗലസൂത്രം ലഭിക്കാതെപോയൊരു വിധവപോൽ,
അലമുറയിട്ടാ പ്രാണപ്രിയന്റെ പാദങ്ങളിൽ-
തൻ കാർകൂന്തലിൻ കെട്ടഴിഞ്ഞുലഞ്ഞ-
വസ്ത്രാന കുസുമവും അടർന്നുവീഴും വരെ....!!

20. മെഴുകുതിരി

ഉഴലുന്നൊരായുസ്സും-സാഫല്യാതീതമീ ജന്മവും,
ജ്വലിക്കുന്ന നാളത്തിനത്താണിയായു-
രുകുന്ന മെഴുകായ് വിതുമ്പിടുന്നു…!
പള്ളിയിലുരുകി കുരിശ്ശിങ്കലും-
കാര്യ സാദ്ധ്യത്തിനായ്…,
കബറിങ്കലും ആത്മ-മോക്ഷത്തിനായ്…!
നിഷ്പ്രഭമായി പോകുവതിൻ മുൻപു-
നിന്നിത്തിരി വെട്ടത്തിലലിഞ്ഞു ചേരാൻ-
കഴിയ്ഴാതെ പോകുന്ന ഹത ഭാഗ്യനല്ലോ…!
ഒരു മെയ്യായ് സ്വപ്നങ്ങൾ പങ്കിട്ടകാലം-
മറക്കുവാൻ നിനക്കാവതുണ്ടോ..?
അന്യനായ് നീ ശോഭ പകർന്നിടുമ്പോൾ-
മറന്നുവോയെന്നുരുകുന്ന മനസും ..
നൈസർഗികങ്ങളാം കിനാക്കൾ കണ്ട-
കാലങ്ങളൊക്കെ മറന്നുപോയോ…?
തട്ടിയും മുട്ടിയും ജീവിച്ചിടേണ്ട നമ്മൾ-
പിരിയുവാൻ കാത്തു കഴിയുന്നവർ…
കണ്ണീരു മാത്രം ബാക്കിയായ് വെച്ചു നീ-
യെന്തേ പൊലിഞ്ഞു എനിക്കു മുമ്പേ…?
ചിറകറ്റു വീഴുന്നൊരീയ്യാമ്പാറ്റ പോ-
ലൊടുവിൽ നീ പിടഞ്ഞെന്റെ മാറിലേക്ക്-
ഉരുകുവാൻ ബാക്കിയായ് നിർത്തിയെന്നെ….!!

21. "വന്ദേ മാതരം"

ജീവരേണുക്കൾ ചിന്തി ഞാൻ നിന്റെ
കാൽക്കലെർപ്പിക്കുന്നെൻ ദേഹവും ദേഹിയും...!!
ഇന്നലെക്കണ്ട കിനാവുകളൊക്കെയും-
ക്ഷണികമായ്പ്പോയാ ജല കുമിളപോൽ..!
അകതാരിലാത്മ പ്രിയയും പൊന്നിളം പൈതലും
അച്ചനുമമ്മയും മിന്നിമറഞ്ഞു ക്ഷണഭംഗുരങ്ങളായ്...!!
സ്നേഹത്തിലമ്മ പൊതിഞ്ഞു വാരിത്തന്ന –
മാമത്തിൻ രുചി നാവിലൂറിയൂറിയും...!!
കുഞ്ഞു വിരൽത്തുമ്പിലച്ചൻ പിടിച്ചു നടന്നതും...,
കൊതി തീരുവോളം ജീവിച്ചു തീരാത്ത –
പ്രിയയവൾ തന്നുടെ ദൈനീയ ദൃഷ്ടിയും...,
നെഞ്ചിലുറക്കവും അംബാരി കേറലും –
തികയാത്തൊരെൻ പൊന്നിളം പൈതലും...,
അകതാരിൽ അവർ തന്ന ആലിംഗനത്തോടെ
വിടചൊല്ലി വേറിട്ടു പോകുമെന്നാത്മാവു-
മന്ത്രിച്ചു മെല്ലെ....,
"വന്ദേ.....മാതരം..."

(നാടിനു വേണ്ടി ജീവത്യാഗം ചെയ്ത എല്ലാ ധീര
ജവന്മാക്കു വേണ്ടി സമർപ്പിച്ച്)

22. ഭൂമിയുടെരോദനം

(വത്സല ജോയി)

നിന്നെ ഞാൻ ഇങ്ങനെ ഒട്ടുമേ കാണുവാൻ,
ആഗ്രഹിച്ചിടാത്തൊരു കർഷകനാണു ഞാൻ.
ആരുടെ തെറ്റിവിടാരുടെ കോപം-
നിന്നെയീ രീതിയിലാക്കിടുവാൻ...?
പ്രകൃതിതൻ കോപമോ, പ്രകൃതിതൻ ശാപമോ,
ദൈവത്തിൻ   കോപമോ,   മനുഷ്യ   മനസ്സിന്റെ
ക്രൂരതയോ...!!
ദൈവം കനിഞ്ഞു നല്കിയോരാ പുണ്യ-
നദികളെ മണൽ വാരി കാർന്നു നീ തിന്നുന്നു....,
വമ്പനാം വൃക്ഷത്തെ വെട്ടി നുറുക്കി നീ
ജന്മിമാർ സൗധത്തിലലങ്കരിച്ചു....!
എന്തിനീയാലയം-എന്തിനീവന്മതിൽ
ഭൂമിയെ സ്നേഹിച്ചിടാത്ത കാലം.....!!
നിന്റെ രോഗത്തിനും നിന്റെ ശ്വാസത്തിനും
തണലായിരിക്കുമീ സസ്യ ജാലം
ഒരു തുള്ളി ദാഹ ജലത്തിനായിന്നിവൾ -
നിന്നോടു കെഞ്ചി വാടി നില്പ്പൂ.....!!
വെട്ടിയും കുത്തിയും- ചുട്ടു പൊള്ളിച്ചാലും-
പുഞ്ചിരിച്ചീടുന്നു ആ ജനനി...!!
പകരമായ് നീ നല്കുന്നമ്മയ്ക്കുസമ്മാനം-
ദുർഗന്ധമാകുന്ന മാലിന്യത്തെ....!

ഒടുവിൽ നീയെത്തുന്നു ആരുമറിയാത്ത-
മാതൃഭൂമിയാം ചരമത്തിൻ ദിനത്തിലേക്ക്...!!

ഒടുവിൽ നീയെത്തുന്നു ആരുമറിയാത്ത-
മാതൃഭൂമിയാം ചരമത്തിൻ ദിനത്തിലേക്ക്...!!

23. അച്ഛൻ

(വത്സല ജോയി)

അച്ഛനിന്നന്ത്യവിശ്രമംകൊള്ളുന്ന
ആറടി മണ്ണിന്നരികിൽ ഞാനെത്തി.
ജീർണ്ണിച്ചിലകളഴുകിക്കിടക്കുന്ന
അസ്ഥിമാടം കണ്ടെൻ കൺകൾ നിറഞ്ഞൊഴുകി..!
അച്ഛരന്റെ നെഞ്ചകം സ്ഥാനംപിടിച്ചിന്നു
നില്ക്കുന്ന കേരവൃക്ഷത്തിന്റെ തയ്യും
മാറാമ്പും വാഴയും തൊട്ടരികിൽ .!
ദൃഷ്ടികൾ മെല്ലെയടയുകിൽ കണ്ടുഞാന-
ച്ഛരന്റെ രൂപമെന്നുൾ കാമ്പതിൽ...!
മഞ്ഞു പുതച്ചപോൽ ആയ ശിരസ്സും
ശോഷിച്ചുണങ്ങിയ കൈകാൽകളും ..!
കെട്ടിപ്പിടിക്കുവാൻ കൈകൾ ഞാൻ നീട്ടവെ
മാഞ്ഞു മറഞ്ഞുപൊയെന്നച്ഛരന്റെ രൂപം
പിന്നിലെൻ ദാവണിത്തുമ്പു പിടിച്ചുകോ
ണ്ടാരോയെൻ ശ്രദ്ധതിരിച്ച നേരം...,
കണ്ണുനീരൊപ്പി തിരിഞ്ഞു ഞാൻ നോക്കവെ
വൃദ്ധയായെന്നമ്മ പിന്നിൽ നില്ക്കുന്നു.
കെട്ടിപ്പിടിച്ചു പൊട്ടിക്കരഞ്ഞു ഞാൻ
ഓർത്തുപോയ് അച്ഛരൻ മണ്മറഞ്ഞ കാര്യം.

24. പ്രളയംവന്നനാൾ

മണ്ണിൻ സുഗന്ധമൊലിച്ചുപോയ് കടലിലേ-
യ്ക്കരയർ അറിഞ്ഞെത്തി നാട്ടിലേയ്ക്ക്....!!
കടലിലേയ്ക്കെന്നപോൽ പാഞ്ഞവർ പ്രളയത്തിൽ-
തണ്ടു വലിച്ചു മുന്നേറി, മുന്നിൽ...,
വല വീശു,മുദ്യേഗത്തോടവർ മനുജരെ
സുരക്ഷരായെത്തിച്ചു കരയിലേക്ക്...!!
ഓടയിൽ നിന്നുമാ........,മേടയിൽ നിന്നു-
മുയരുന്ന രോദനം-
കേട്ടവരോടി- പലദിക്കിലേക്കും..!!
ജീവിതം ഹോമിച്ചു പടുത്തൊരാക്കൂരയും
നിലമ്പൊത്തി വീണുടഞ്ഞെൻ കണ്മുമ്പിലപ്പോൾ..!!
തകരുവാൻ ബാക്കിയായുള്ളേളാരു മനസ്സുമായ്-
ജീവശ്ശവമ്പോലെ നിന്നു നിസ്പന്ദനായ്...!!
കാലത്തിനൊട്ടും കനിവില്ല കാലനായ്-
കരപോലും ബാക്കിയായ് വെച്ചതില്ല...!
ഒരു ദിനമ്പോലും വസ്തിക്കാത്തൊരെൻ വീടു-
ചുവടെ ചുഴറ്റിയിടിച്ചു വീഴ്ത്തി...!.
അനാഥമായ്പ്പോയിയാ-ദിന-രാത്രങ്ങളായ്-
പ്പണിതൊരാ സ്വപ്നവും തച്ചുടഞ്ഞു...!
അണ പൊട്ടിവന്നൊരാ- പ്രളയത്തിലുഴലുന്ന
പ്രാണൻ വെടിയാൻ - പിടയുന്ന മേനികൾ -
നെഞ്ചോടടക്കിപ്പിച്ചു കരകേറ്റി...!!
രുദ്ര ഭാവത്തോടെ-നീയാടി താണ്ഡവ

നൃത്ത-ച്ചുവടുകൾ വെച്ചൊരാ..
പർവ്വതത്തുംഗങ്ങളിൽ...!!
പാലം തകർത്തു-റോഡു തകർത്തു-
എണ്ണിയാൽ തീരാത്ത വീടു തകർത്തു...!!
തക്കത്തിനൊത്തെന്റെ- മുതുകു-പടിയായി-
നല്കിയൊരാക്ക്ളേശ ബാധിതർക്ക്...!!
നെഞ്ചകത്തേറ്റി വളർത്തിയോരെന്നുമ്മ-
മുത്തങ്ങൾ നല്കിയനുഗ്രഹിച്ചു...!
ആലിംഗനത്തോടെ ബീവിയും മക്കളും
കൈകോർത്തു കെട്ടിപ്പിടിച്ചു നിന്നു..!
ഉതിരുന്ന കണ്ണീരു വീഴ്ത്തിയവർ ചൊന്നു,
" ഇങ്ങളെ പടച്ചോ...നനുഗ്രഹിക്കും ! "
വീടു വിട്ടൊഴിയാതെ-സത്രത്തില് പോകാതെ...,
പത്തായപ്പുരയുടെ പൂത്ത പണത്തിന്മേൽ ,
ചിലരൊക്കെയെങ്കിലും കാത്തിരുന്നു-
മാണിക്യം കാക്കുന്ന നാഗത്താനായ്...!!
ജാതി ചോദിച്ചില്ല- പേരു ചോദിച്ചില്ല-
പേറ്റു നോവിന്മുനത്തുമ്പിൽ-
നില്ക്കുന്നൊരാപ്പെണ്ണാളെ-
സുരക്ഷയായെത്തിച്ചു-
ശുശ്രൂഷാലയം തന്നിലാ-
രണാങ്കണ വീരന്മാർ...!!
പള്ളിയിൽ നിന്നും കുടിയൊഴിഞ്ഞു ദൈവം-
മസ്ജിദു വിട്ടിട്ടള്ളാഹുവുമൊപ്പ-
മമ്പലവും വിട്ടിട്ടീശ്വരനും....!!
ജാതി മതങ്ങൾ ഒന്നുമില്ല –
സർവ്വം സമത്വമാണീശ്വരൻ ദൃഷ്ടിയിൽ...!!

ദൈവം വിതച്ചവിനയാം പ്രളയം,
ജാതി മതങ്ങൾ വേർ തിരിച്ചല്ല...!!
സൂര്യനും ചന്ദ്രനും താരങ്ങളും-
സർവ്വചരാചരവും, വേനലും മഴയും-
മഞ്ഞും കുളിർ കാറ്റും- കടലിലെത്തിരയും
ജീവന്റെവായുവും അവിടന്നൊരുപോലൊരുക്കിവെച്ചു.
പോകുവാനിടമില്ല തലചായ്ക്കുവനിടമില്ല...,
മന്നനും കുബേരനും കോരനും-
ഭേദമില്ലാതെത്തി സത്രത്തില്...!
ഇന്നലെക്കണ്ടു മുഖം തിരിച്ചോരെല്ലാം-
ഒന്നായൊരിടത്തൊത്തുകൂടി..!!
ഹിന്ദുവും മുസ്ലീമും ക്രിസ്താനിയുമെല്ലാ-
മൊരുപാത്രത്തിൽ നിന്നുണ്ടൊരു-
പായയിൽത്തന്നെ കിടന്നുറങ്ങി!
തിരിച്ചെത്താം – നമുക്കു തിരിച്ചെത്താം...,
ഈ വയലേലകൾക്കിടയിലൂടുള്ള-
തോടും പുഴകളും താണ്ടി –നമുക്കു തിരിച്ചെത്താം.....!!
കുടിലുകൾ വീടുകൾ പ്രിയരും പൊലിഞ്ഞൊാരാ-
നാളിനെത്തിരികെപ്പിടിക്കാൻ കഴികയില്ലെങ്കിലും...,
ഓർത്തോർത്തെടുക്കാം ബാക്കിയായ്നില്ക്കുന്നാ-
പ്പടിപ്പുര വാതില്ക്കലിരുന്നെങ്കിലും-
പോയകാലത്തിന്റെ വ്യാക്ര മുഖങ്ങളെ...!!

25. വേർപാട്

(വത്സല ജോയ്)

ഉമ്മറത്തിണ്ണയിലനാഥമായ് മാറിയെന്നച്ഛന്റെ-
ചാരുകസേരയു മൂന്നുവടിയും വിശറിയും.
അമ്മയെ തനിച്ചാക്കിയൊറ്റക്കു യാത്രയായ്-
വിദൂരതയിലേക്കച്ഛരനെന്നേക്കുമായ്....!
കത്തുന്ന ചിതയിലേക്കെത്തി നോക്കിക്കൊണ്ടു-
നിർന്നിമേഷരായ് നില്ക്കുന്നു ബന്ധുക്കൾ.
കത്തുന്ന ചിതയിലമർന്നൊരു പിടിച്ചാരമായ്-
അച്ഛരന്റെ ഓർമ്മകൾ ബാക്കിയായി!
ജീവിക്കുവോളം സ്നേഹിക്കുവാന്മാത്രം-
പഠിപ്പിച്ചെന്നച്ഛരന്റെ വേർപാടിൽ-
നഷ്ടമായെനിക്കെല്ലാമുലകിൽ.
അച്ഛരന്റെ വിയർപ്പിൻ തുള്ളിയാണിന്നു ഞാൻ-
വാൽസല്യത്തിടമ്പായിരുന്നെന്റെയച്ഛരൻ...!!
ഇടയ്ക്കിടെകിട്ടുന്ന ചൂരൽക്കഷായത്തിൻ-
കാഠിന്യത്താലെ ഞാനിന്നു ലക്ഷ്യത്തിലായ്...!
അച്ഛരന്റെ ചിട്ടയിൽ കിട്ടിയ സ്നേഹത്തിൽ -
ഓർക്കുന്നു ഞാനെന്റെ ബാല്യകാലം.
പിടിവിടാതച്ഛരന്റെ വിരൽത്തുമ്പിൽത്തൂങ്ങി ഞാൻ-
തലക്കെട്ടുകെട്ടിയ ഓലയേന്തി-വള്ളിനിക്കറിട്ടു-
ആശാൻകളരിയിൽ ഹരിശ്രീ കുറിക്കുവാൻ
കൊണ്ടു ചെന്നാക്കുന്നു,

അച്ഛൻ തിരിച്ചുപോകുന്നതു കണ്ടു ഞാൻ-
അലമുറയിട്ടു കൊണ്ടോടി പിന്നാലെ....!!
കോപിഷ്ടനായിട്ടന്നാശാൻ ശഠിച്ച്-
വലിച്ചിഴച്ചെന്നെയിരുത്തിയാ പൂഴിയിൽ.
പഠിച്ചു ഞാൻ ക്ഷീണിതയെന്നു നിനച്ചച്ഛരൻ-
കോരിയെടുത്തെന്നെ തോളിലേറ്റി-
കടുകു മുറായീം ശർക്കരമുറായീം എണ്ണപ്പലഹാരോം
വാങ്ങിത്തരാൻ മറന്നില്ലച്ഛരൻ.
കുണ്ഠിതമായൊരെൻ കുഞ്ഞുമുഖം കണ്ടു-
കുഞ്ഞിക്കഥകളും ചൊല്ലിത്തരുമച്ഛരൻ..!
ഓലയാൽ തീർത്തൊരു ഓലക്കാറ്റാടിയും-
ഓലക്കളിപ്പന്തുമെന്റെ സ്വന്തം.
കേര വൃക്ഷത്തിൻ കഥകൾ പറഞ്ഞു-
കൊണ്ടച്ഛരനും വാചാലനായിടുന്നു...!
അമ്മ ശകാരിച്ചുവെന്നതറിഞ്ഞാലോ
അവിടെയുമച്ഛരൻ കോപിഷ്ടനാകുന്നു.
നിദ്രയെനിക്കങ്ങു ദൂരെയാകുന്നു-
അച്ഛരനെൻ ചാരത്തു വന്നില്ലായെങ്കിൽ.
അച്ചന്റെ ജോലികൾ കൃത്യമായ്ത്തീർക്കുവാൻ-
അച്ഛരന്റെരികിൽ ഞാനുമുണ്ടാവണം.
കണ്ടതും കേട്ടതുമെല്ലാം പഠിപ്പിച്ചെ-
ന്നച്ഛരൻ കിടക്കയിൽ മെല്ലെച്ചാഞ്ഞീടുന്നു.
അന്നു ഞാനിറുകെപ്പിടിച്ച കൈവിരലുകൾ-
ഇന്നു തിരികപ്പിടിക്കുന്നെൻ കൈകളിൽ.
കണ്ണിൽ ക്കണ്ണുമറയ്ക്കാതെ ചൊല്ലുന്നു-
മൂല്യമുള്ളെൻ സ്വത്തു നിന്നെയേൽപ്പിക്കുന്നു.
മാതാവിൻ കൈപിടിച്ചെന്നെയേൽപ്പിച്ചിട്ടു-

മെല്ലെയാക്കൺപോളകൾ പൂട്ടീടുന്നു...!
ദേഹിദേഹംവിട്ടു നിശ്ചലമാവുന്നു-
പാതി തളരുന്നെന്നമ്മതൻ ദേഹവും....!
ചിറകറ്റുപോയൊരു പക്ഷിപോലിന്നു ഞാനച്ഛരന്റെ-
കുഴിമാടക്കരയിരിലിക്കുന്നു-
അച്ഛരന്റെയോർമ്മകളയവിറത്ത്.......!!

26. പൂമലർച്ചെണ്ടുകൾ

പൂജയ്ക്കെടുക്കാത്ത മലരായ്
ഞാനെന്നങ്കണക്കോണിലടിഞ്ഞുകൂടി.
മലരല്ല പൂജയ്ക്കു-മനമാണു മുഖ്യമെന്നാകിലും
നേദിച്ചൊരാപൂക്കളൊകെത്തിരികെ-
വന്നെത്തിയെന്നങ്കണക്കോണിൽ വീണ്ടും.!
മധുരത്തേനില്ലാത്ത മലരായതാണോ ?
നറുമണമേശാത്ത ഇതളുള്ളതാണോ ?
നീയെൻ,നിവേദ്യം,തിരസ്ക്കരിക്കാൻ..!!
പലനാളിൽക്കൂട്ടിയിട്ടാമലർച്ചെണ്ടുകൾ—
പൊലിഞ്ഞടങ്ങിയെന്നങ്കണക്കോണിൽ.
ഗ്രീഷ്മം കടുത്തിട്ടിതളുകൾ കരിഞ്ഞു-
വേറിട്ടു വേറിട്ടലിഞ്ഞു മണ്ണിൽ.
രാവു രഹസ്യമായ് ചൊല്ലിയുഷസ്സിനോ-
ടാമലരാ....മാ...മാത്മനൊമ്പരങ്ങൾ !.
വർഷം കുളിർപ്പിച്ച-മണ്ണിൽ നിന്നാമലർ വിത്തുകൾ-
ഒന്നൊന്നായ് മെല്ലെ മുളച്ചു പൊന്തി
വസന്തം തഴുകിയുണർത്തിയാ മൊട്ടുകൾ
സുഗന്ധം പരത്തിയായങ്കണത്തിൽ.
വേറിട്ട ഗന്ധം-തേടിപ്പുറപ്പെട്ടു ദേവി-
ഒടുവിലാ ആരാമം പൂകിയപ്പോൾ -
കണ്ടു വിവശയായ്,
ഉദ്യാന പാലകനവസ്സാനയാത്രക്കൊരുങ്ങി നില്പ്പൂ....!
തന്നെ പ്രണയിച്ച ഭക്തന്റെ കാല്ക്കൽ

കൂട്ടമായർപ്പിച്ചാമലർച്ചെണ്ടുകൾ-
യാത്രയായ് ദേവി ശൂന്യതയിൽ !

കൂട്ടമായർപ്പിച്ചാമലർച്ചെണ്ടുകൾ-
യാത്രയായ് ദേവി ശൂന്യതയിൽ !

27. ഇടുകാട്

അന്നു കണ്ടൊരാ ചാരുതാംഗിയെ
തേടികാതങ്ങൾ താണ്ടി ഞാൻ.
അനു നിമിഷമെന്നിട നെഞ്ചിലെ തുടി-
ദ്രുത താളമാക്കിയ നിന്മുഖം-
കണ്ടൂപകൽക്കിനാവിലും-
ചിത്തമാം തിരശ്ശീലയിൽ.
ഓർത്തു വെയ്ക്കുവാൻ മാത്രമായ്
കൂട്ടിവെച്ച നിന്നോർമ്മകൾ-
കൂടു വിട്ടകിളി കൂട്ടിലേറുവാൻ
വെമ്പൽ കൂട്ടും ത്രിസന്ധ്യയിൽ-
നിന്നോർമ്മകൾ-ചേക്കേറുമതുപോൽ-
വ്യഗ്രമെന്നുള്ളത്തിലും !.
അണയുമാ,മന്ദസമീരത്തി-
ലലിയും നറു സുഗന്ധമായ്-
ഇളകുമാ,ലതിക,ലാസ്യമായ് നിന്നെ
മാടി,മാടിവിളിച്ചുവോ-വാ-ദലങ്ങളിൽ-
നിൻ സ്പർശ മേകുവാൻ !.
നീ പോകുമാ വഴിത്താരയിൽ നിന്നു-
പിന്തിരിഞ്ഞൊന്നു നോക്കുവാനെൻ കരൾ-
ക്കാമ്പിൽ നിന്മുഖം ചേർത്തുവെച്ചു ഞാൻ-
കാത്തിരുന്നോറെ നാളുകൾ ..!
ഹന്തമെൻ ഹിത മേതുമേശാതെ-
മൗനിയായ് തരുണീയവൾ

മന്ദമായ് നടകൊണ്ടുപോയ്-
ഇടുകാടു പോകുന്ന വഴിയവൾ...!

28. മായ

ബന്ധങ്ങൾ പുഴുക്കുത്തുന്നു,
നേതാക്കൾ മത്സരിക്കുന്നു.
രാജ്യങ്ങൾ മുറവിളികൂട്ടി-
യുദ്ധസന്നാഹം നടത്തുന്നു.
പുറമെ പൂശിയ പുഞ്ചിരിക്കുള്ളിലു-
മമരുന്നോരണപ്പല്ലുകൾ..!
ദ്രവ്യമെത്ര ലഭിച്ചിട്ടും-
നിദ്രാവിഹീന രാവുകൾ.
മൂഢന്മാർ,വേല ചെയ്യാത്തോർ-
അശരണർതൻ മാംസം കൊത്തുന്നു.
ഒരുത്തനാരുമില്ലെന്നിരിക്കിലും-
വിശ്രാമമില്ലന്ത്യം വരെ !.
ഉള്ളതു കൊണ്ടു ജീവിപ്പോർ-
ക്കാത്മസംതൃപ്തി കൈവരും.
കരവാനും,ചിരിപ്പാനും,വിലപിപ്പാനൊരു കാലം !
സ്നേഹിപ്പാൻ, ദ്വേഷിപ്പാൻ;
യുദ്ധത്തിത്തിനുമെരു കാലം !
മുറമുറയായ് കാലങ്ങൾ-
ചേർത്തു വെച്ചു നിന്നായുസ്സിൽ !.
ജീവശ്വാസം മനുഷ്യർക്കും-
മൃഗങ്ങൾക്കുമൊന്നാണ്,
മരിച്ചാലവതന്നാത്മാക്കൾ-
കീഴ്മേൽ പ്പോകുന്നുവെന്നാരറിഞ്ഞു !.

നൂറു മക്കളുണ്ടാകിലും നിന്നെ-
സംസ്കരിക്കാനാരുമില്ലെങ്കി-
ലെത്ര നല്ലതല്ലയോ നിന്നേക്കാൾ-
അലസിപ്പോയ പിണ്ഡങ്ങൾ !
കാത്തു കാത്തു വെച്ചൊരാ സ്വത്തു-
കൈവിട്ടു പോകുന്ന നാളിൽ-
അന്യന്മാർ കൈക്കലാക്കി-
ധൂർത്തടിച്ചു മുടിച്ചിടും !.
സദാകാലം പ്രയത്നിച്ച-
വകകൾ തിന്മാനാവാതെ-
അമ്മ തന്നുദത്തിൽ നിന്നെന്നപോൽ-
മടങ്ങുന്നു നഗ്നനായൊടുവിൽ.
മായതന്നെ, മായതന്നെയീയുലകമെല്ലാം മായതന്നെ !
നിനക്കു നീ മാത്രമേയുള്ളീ മണ്ണി-
ലെന്നു നീയറിയുന്നുവോ !?

29. എരുമമുണ്ട-1969

നാനാ മതസ്ഥരും തോളോടുതോൾ ചേർന്നു-
ചോര നീരാക്കി മണ്ണിനെ പൊന്നാക്കി മാറ്റിയോർ.
എരുമമുണ്ടക്കാർ..!!
തെക്കു നിന്നെത്തിയ ചേട്ടന്മാർ
കുടിയേറി കാടു തെളിച്ചു –
മണ്ണുമായ് മല്ലിട്ടു കപ്പയും തെരുവയും,
നാട്ടു മരങ്ങളും വെച്ചു പിടിപ്പിച്ചു
കാടിനെ നാടാക്കി മാറ്റിയോർ..
എരുമമുണ്ടക്കാർ..!!
അമ്മത്തുണിത്തുമ്പിൽ തൂങ്ങി
നടക്കേണ്ട പ്രായത്തിൽ-
തൂമ്പയും കൈക്കോട്ടും കയ്യിലേന്തി..!!
ഉമ്മറപ്പടിയിലിരുന്നമ്മ ചോദിച്ചു-
മോന്തിക്കു ഭോജ്യത്തിനെന്തു ചെയ്യും?
മാടക്കടയിൽ കടം കൊണ്ടു വാങ്ങിയ-
അരികൊണ്ടു കഞ്ഞിയും-
മത്തികരിച്ചതു കഞ്ഞിക്കുകൂട്ടുമായ്!
അണയാൻ തുടങ്ങും വിളക്കി-
ന്നരണ്ട വെളിച്ചത്തി,ലമ്മ,തിരയുന്നു കഞ്ഞിക്കലെത്തി-
ലഞ്ചാറുവറ്റിനായ്..!
ഉണ്ടെന്നു വെച്ചമ്മ ഏമ്പക്കവും വിട്ട്
തിരിതാഴ്ത്തി മെല്ലെക്കിടന്നുറങ്ങും.
പോത്തു-വണ്ടി തെളിച്ചൊരാവഴി

മുറിച്ചൊഴുകുന്ന ഇഴുകത്തോടിൻ കുളിർ-
നീരിൻ -പുളകമേറ്റക്കരൈ പട്ടറുകാടിന്റെ –
ഘോരാന്തകാരത്തിലലിയുന്നവർ....
എരുമമുണ്ടക്കാർ..!!
പുറംചട്ട പട്ടൊരാ പുസ്തകവും താങ്ങി-
മുളകളിടറുന്ന കാട്ടിലും മേട്ടിലും കയറിയിറങ്ങി,
പാടവും തോടും പുഴയും കടവും കടന്നു-
നെഞ്ചിലടക്കിയ നിശ്വാസവുമ്പേറി,
കാതങ്ങൾ നീളുന്ന കാൽനടയായ്-
ശ്വാസമടക്കി മണ്ടീ(ഓടി) മടുത്തിട്ടും
ഇസ്ക്കൂളിലെത്താൻ കഴിയാതെ
പോയവർ....എരുമമുണ്ടക്കാർ..!!
മാരിക്കാർ മാനത്തു കലിതുള്ളി-
ധാരയായ് പെയ്തിറങ്ങുമ്പോൾ-
ഇഴുകത്തോടും കൈപ്പിനിപ്പുഴയും-
മറികടന്നെത്താൻ കഴിയാതെ-
ഇസ്ക്കൂളു കാണോത്തോർ..
എരുമമുണ്ടക്കാർ..!!
കപ്പയും വാഴക്കുലയും വിറ്റ്,
മടിശ്ശീലയിലഞ്ചാറു കാശുമിട്ട്-
എത്തുന്നോരെരുമമുണ്ടക്കാരെയും കാത്ത്-
കാത്തിരിക്കുന്നു ചുങ്കത്തറക്കാർ...!!
കടം വീട്ടിപ്പിന്നെയും കടം കൊണ്ടു വാങ്ങിയ-
ഭാണ്ഡവും പേറി മടങ്ങുന്നു വീണ്ടും കടക്കാരനായി...!!
മറക്കാൻ കഴിയില്ല നിങ്ങൾ പിതാമഹർ-
നാടിനായ് ചെയ്തൊരാ പുണ്യ പ്രവർത്തികൾ.
നിറവാനിൽ നിങ്ങൾതൻ ആത്മാക്കളുണ്ടെങ്കിൽ-

കാണുക നിങ്ങൾതൻ പിന്മുറക്കാരാം
......എരുമമുണ്ടക്കാരെ....!!

കാണുക നിങ്ങൾതൻ പിന്മുറക്കാരാം
......എരുമമുണ്ടക്കാരെ....!!

30. വിഷസർപ്പങ്ങൾ

വിഷസർപ്പങ്ങൾ കുടിയിരിക്കും-
സർപ്പക്കാവായ് പാഠ്യശാലകൾ..!
പുനങ്ങൾ വീണ നിലങ്ങളിൽ-
മരണമിരിപ്പുവെന്നറിയാത്ത മാഷൻമ്മാർ..!
മൂഢ സ്വർഗമതിൽ വസിക്കുമാ-
പാമര,രാമ,വാസരെ-
ശതഫണങ്ങൾ വിടർത്തി ദംശന-
മേകി ദുഷിച്ചു മുടിപ്പുവോരാർ..!
പാംസു ലാലമെറിഞ്ഞു വീഴ്ത്തുവാൻ-
വിറപൂണ്ടു നില്ക്കുമീ ബഹുജനം-
മോന്തിയമൃതുപോൽ ജല്പനങ്ങളാം-
കാളകൂട വിഷമത്രയും ..!
അസുര ദേവഗണങ്ങളാൽ-
മഥിച്ചു മന്ഥര മത്തുമായ്-
ചുഴറ്റി പാലഴി അമൃതിനായ്-
കുഴങ്ങി വാസുകി വമിച്ച വിഷ-
മിന്നേറ്റു പിടയുന്നീ ജനതതി !.
വേടനായ് നടിച്ചുടയവൻ-
പൊഴിക്കുമാ പൊയ്ക്കണ്ണുനീർ-
കണ്ടു വർഗ്ഗമിതത്രയും-
എത്രകൊണ്ടിട്ടു മറിയാതെയായ് ..!

31. അശരണർ

ക്ഷുത് പീഡയേറ്റു ഗതികെട്ടൊരമ്മ-
യെറിഞ്ഞു മക്കളെ ഗംഗയിൽ..!
ആർത്തി പൂണ്ടാ ഗംഗയിന്നുമി-
ന്നാവാഹിച്ചിടുന്നു ശവങ്ങളെ!
ഉരുകു മഞ്ഞു ഹിമാദ്രിയെന്നപോ-
ലൊഴുകുമെൻ വ്യഥ ഗംഗയിൽ !.
പിച്ചവെച്ചൊരാപ്പൈതൽ പട്ടു പോയു-
പചാര മേതും ലഭിച്ചിടാതെ !
അമ്മതൻ നെഞ്ചിലേറ്റി മണ്ടിയാ-
ഊരു പൂകാൻ ഗതിയേതുമില്ലാതെ!
ചങ്കു പൊട്ടിടും സങ്കടത്തൊടു-
കേഴുമമ്മ സ്വയം ശപിച്ചുപോയീ-
പാഴ് ജന്മമോർത്ത്!
ദളിതയെന്നൊരു ഹേതുവാൽ-
കുടിലമാമൊരു ചിന്തയാൽ-
തുരത്തിയോട്ടിയകറ്റി വിട്ടു-
വയർ തൂങ്ങി നിൽക്കുമാ നാരിയെ!
കദനമേറ്റം സഹിച്ചു സോദരി-
പടിയിറങ്ങിപ്പാടുപെട്ടു-
പെറ്റിട്ടൊരുണ്ണിയെ നടു റോഡതിൽ..!
പിടയുമുണ്ണി ദ്രവത്തിൽ മുങ്ങി-
വമിച്ചു സോദരി നിണ മതത്രയും !.
മുഖം മിനുക്കുമീ രാജ്യ തന്ത്രജ്ഞർ-

വാഴുമീ നാടിൻ ഗതിയിന്നുമിതുതന്നെയോ?!
വന്നു പോകുമീയാകസ്മിതങ്ങളെ-
കണ്ടു ഗർവ്വതുമേതുമില്ലാതെ !.
'കോവിഡെ'ന്നമഹാമാരിയെ-
നേരിടാമേതുതരത്തിലും, എന്നാൽ-
മാറിടാത്തോരു രോഗമായ്-
നിലകൊള്ളുമോയീ..യശരണർ-
തന്നാർത്തനാദങ്ങളുംപീഡയും ?!

32. അതിജീവനം

ദുരമൂത്ത ശാസ്ത്രവും മനുഷ്യരും-
എത്ര കാതം മുന്നിലെന്നാകിലും,
പ്രകൃതി നിന്നെത്തളയ്ക്കുവാൻ മാത്ര-
നിമിഷം മതിയെന്നറിഞ്ഞു കൊൾക.
കൂട്ടിലാക്കിത്തളച്ചു നിന്നെ-
പാട്ടില്ലാക്കി ഗതി മുട്ടിനിന്നു.
വിഷവിത്തു പാകിപ്പടർന്നു ലോകർ-
ക്കാധി പൂണ്ടു മുറവിളികൾ കൂട്ടി.
യാത്ര പോയവർ യാത്ര മദ്ധ്യെ-
പൂകി സത്രം പരിരക്ഷ നേടാൻ.
അടച്ചു പൂട്ടി നിന്മാർഗ്ഗ മത്രയും-
ത്വരിക്കു മോഹം കൂട്ടിലണയാൻ !
മരണമെന്ന നുകവുമായി-
രുദ്ര താണ്ഡവമാടി 'കോവിഡ്'!
മൃത്യു പുല്കിയ മനുജരെ-
പ്പുരികർമ്മമില്ലാതടക്കിയാൻ!
എവിടെ നിന്റെ മതങ്ങൾ പോയി-
യോടിയൊളിച്ചാൽ ദൈവ മൊക്കെയും.
ഞാൻ - മാത്രമാണെന്നഹന്ത മുറ്റിയ-
കൊമ്പൊടിച്ചു ക്ഷണ മാത്രയിൽ!
നീ,പടുത്തുവെച്ചൊരാ കോട്ടകത്തിൽ-
തളച്ചു നിന്നെയന്യനായ്.
വിഫലമായീ ജന്മമെന്നു കരുതിടേണ്ട-

യീസമയവും നമ്മളതിജീവിച്ചിടും.

യീസമയവും നമ്മളതിജീവിച്ചിടും.

33. കൊറോണ

വടക്കുനിന്നു പുറപ്പെടും,
പേറി-യേറെ, നാളായടക്കിവെച്ചോ-
രനർത്ഥവും, ക്രോധവും,മഹാമാരിയും..!
സഹിച്ചുയേറെ യുഗങ്ങളായ്-
നിനച്ചു,നീക്കുവാനീ ദുർഗ്ഗതി.
എങ്കിലു മറിഞ്ഞു വേല്ക്കുവാൻ,
പടകെട്ടിയെൻ നേരെ-
പോർ,വിളിക്കുമീ ഭൂജാതരെ,
പകച്ചു നോക്കി ഞാനേറെ നാളുകൾ..!
ദുർമ്മോഹ മേറിയ ജനതതി-
മ്ളേച്ഛരമാക്കിയീ ഭൂതലർ-ക്കൊന്നുപോലെ-
വരുത്തിടും മഹാമാരിയെ!
നോവുകിട്ടിയ സ്ത്രീയുപോ,ലാധി-
പൂണ്ടിടു മേവരു മൊന്നുപോൽ.
വഴികളത്ര യടച്ചു വെച്ചു നീ-
പതിയിരിക്കുമൊരു ചോരനേപ്പോൽ..!
വയലിലേക്കൊരുമ്പെട്ടു പോകുവോർ-
ക്കൊന്നുപോലെ- വിലക്കുകിട്ടി നീ നിന്നിടും.
കിളിവാതിലിൽ നിന്നെത്തി നോക്കി നീ-
കാലമത്ര മുടിച്ചിടും..!
പൊലിഞ്ഞുപോയ നിന്നസ്ഥികൾ-
ഗതി കിട്ടിടാതെ തൂങ്ങുമീ വടമര ച്ചില്ലയിൽ !
ആഴിപോലെ യിരമ്പുമീ-

പ്പരിവാര മവരുടെ രോധനം-
കേട്ടിടാതെ മുടിച്ചിടും ജനം-
സ്വച്ഛരമാനസ്സരാകും വരെ.

34. ദുർവ്വിധി

മോഹമേറി ധരിച്ചൊരാവണു-
പിണ്ഡമായ് വളർന്നെത്ര ശീഘ്രം !
കണ്ടു ദർപ്പണ ദേഹ മഖിലം-
കൊണ്ടു ഹർഷിതയാകുവാൻ !
ചൂചുകം ചുന മുറ്റിനിന്നു,നിന-
ക്കേകുവാൻ സ്തന സത്തുമായ്.
ഗണിച്ചു കൂട്ടി ഗമിക്കു മെന്നുടെ-
പിഞ്ചു പൈതലിൻ നാളുകൾ.
കൂട്ടിവെച്ചു നിനക്കു നല്കുവാ-
നുപഹാരമെത്ര യെന്നോമലേ !
ആധിപൂണ്ടു നിനച്ചു നീങ്ങുമീ,വ്യാധി-
അല്ലലേതുമേ ,യേശിടാതെ.
മോഹ മത്രമൊടുക്കിയെന്നുടെ-
കൂടെ വന്നാ ദുർവ്വിധി.
പട്ടു ചേലയിൽ പട്ടു പോയി ഞാ-
നോമലേ, നിനക്കേകിടാതെ ജന്മം !
അമ്മ തന്നുദരത്തിൽ വെച്ചു നീ -
പുല്കിയോയീ മൃത്യുവെ !!
എന്തിനുണ്ണി നീ വന്നു വെന്നുദരെ-
യീയമ്മയ്ക്കന്ത്യ യാത്രയ്ക്കു-
കൂട്ടു ചേരുവാനായിയോ ?!

35. കോവിഡ്

പുലർകാലെ നീട്ടി വലിച്ചൊരാശ്ശ്വാസം-
മെല്ലെയായ് വിട്ടുപോയ്യച്ഛരനീന്ന് !
അച്ഛരൻ മരിച്ചതു 'കോവിഡാ' ലല്ലെന്നറിഞ്ഞിട്ടു-
മാരു മടുത്തില്ല വീട്ടിലേക്ക്.
വരുവാനില്ലാരു മിനിയെന്നറിഞ്ഞപ്പോൾ..,
കൈത്താങ്ങിനായ്യാരു മില്ലെന്നു കണ്ടപ്പോൾ-
അച്ഛരനെ ത്താങ്ങിക്കിടത്തിയാ മഞ്ചത്തിൽ !
പുത്രിമാർ നാൽവരും ചേർന്നിട്ടെടുത്തിടു-
കാട്ടിലേയ്ക്കുള്ള വഴിയെ നടന്നുപോയ് മൂകമായ്!
നിഴലുകൾ മാത്രമെ, കൂട്ടായവർക്കൊപ്പ-
മാശ്വാസമേകി, യനുഗമിക്കാൻ !
കയ്യൊന്നു മാറിപ്പിടിക്കുവാനാളില്ല-
കണ്ണീർ തുടയ്ക്കുവാൻ- കൈകൾക്കു മൊഴിവില്ല.
ഉറ്റുനോക്കുന്നുവാ താരങ്ങളും, സൗരയൂഥങ്ങളും,
തങ്ങൾ തന്നച്ഛരന്റെ-
ശവമഞ്ചമേന്തിയ യാത്ര കാണ്മാൻ..!
പിടയുന്ന നെഞ്ചുമായ് നിഴൽ നീളും വഴിയിലൂ-
ടെത്ര കാതം വരെ താണ്ടീന്നറീവീലാ.
വായ്ക്കരിയിട്ടിട്ട്, ജലദാനവും ചെയ്ത്-
സുപുത്രിമാർ ചേർന്നു കൊളുത്തി,
തീ-തങ്ങൾ തന്നച്ഛരൻ ചിതയ്ക്കുമേൽ..

36. ഗണിക

തേനിലൂറുന്ന വാക്കു കൊണ്ടവൾ-
വശത്തിലാക്കാൻ ലാക്കു പാർത്തിടും,
ഒളിയമ്പു പോല-വളെയ്തു വിട്ടിടും-
കടക്കണ്ണിനുള്ളിലെ വില്ലിനാൽ.
കൊണ്ടുപോയി മടിശ്ശീല കണവൻ-
പൗർണ്ണ മാസിവരും വരെ.
വരിക വരിക ഭയ മേശിടാതെ നീ -
രമിക്കുവാൻ നിനക്കാവതോളം.
അടങ്ങിടാതവൾ പിൻഗമിച്ചിടും-
മോഹപരവശ മേറിയിട്ടതി-
വാഞ്ഛ പൂരിത മാക്കുവാൻ..!
കെണിയിലേക്കു കുതിച്ചു പായുമൊരു-
വിഹഗമായി നീ മാറിടാതെ,
ധാന്യ മത്രയുമ്പേറ്റിയിട്ടൊരു-
പതിരുപോലെ നീ യായിടാതെ,
പച്ച കണ്ടു ഭ്രമിച്ചു പോകു,മത-
റവുശാല യെന്നറിഞ്ഞിടേണം!.
എന്തു ചെയ്യു നീയവൾ വരുമ്പോ-
ളകലെ നിന്നു മകറ്റിടേണം-
സോദരി, സഖിയെന്നു ചൊല്ലി!

37. നീതി

ഏച്ചുവെച്ചപുടംവിടർത്തി-
ചൊന്നു കന്യകയെന്നു ഞാൻ !
പങ്കിലങ്ങളാം പാണി ഗ്രസിച്ചു-
കൊന്തയ്ക്കപെമാനമായ്-
അവിശുദ്ധമാക്കി, നീയതിനെയും !.
പൂതലാലധി പീഢയേൽക്കും-
പുലിംഗ കേസരി അവരൊരാൾ.
ധവളമാ,മുടയാടയിൽ നിന്നു,നീളുമാ-
കരാള ഹസ്തങ്ങൾ, പിടി മുറുക്കും-
പുണ്യരാമാ,പ്പിശാചുകൾ !
കെടുത്തി ജീവിതം,
നെറി,കൂട്ടു,നിന്നിടാത്തൊരെ-
തുരത്തിയോട്ടി,പ്പടിയടച്ചു!
അഭയയിന്നും കാത്തിരിപ്പൂ-
വാത്മ ശാന്തി ലഭിച്ചിടാൻ !
ഗുരുവെന്നാൽ ദൈവമെന്നു ചൊന്നോ-
രമ്മയോടിനി,യെന്തു ചൊൽവൂ-
ഗുരുകുലത്തിൽ പീഢ,യേറ്റുവെന്നോ ?
ലാസ്യമായ് ലസിത ചൊന്നു മാഷ്-
പാവമാ പഞ്ച പാവമാ !.
വരും നിനക്കു,മൊരിക്കലീ ഗതി-
യന്നു നീയിതു തന്നെ ചൊൽവൂ.!!
കത്ത്വ കത്തി യെരിഞ്ഞമർന്നു–

വാളയാറിന്റെ മക്കളിനിയും –
തൂങ്ങി,യാടുന്നാത്മാക്കളായ് –
നീതിയേതും ലഭിച്ചിടാതെ !
പീലാത്തോസുപോൽ,കൈ,കഴുകിയെന്നാൽ-
നിർദ്ദോഷി,യെന്നും,കുരിശിലേറും !
സമയ ബന്ധിത മല്ലാത്ത നീതി-
വരുത്തി വെയ്ക്കും വിന,ജനതതിയ്ക്ക് !
നീതി യെവിടെ,പ്പോയൊളിച്ചു ?
തൂങ്ങി നിൽപൂവാ,ത്രാസ്സു,സമമായ്-
നിസ്സംഗമായ്-വിധി നീട്ടി നീട്ടി !!

38. പൂരം

ക്ഷത്രിയ കുല ഹത്യ ചെയ്ത പരശുരാമൻ-
വീശി പരശു,കൊണ്ട,ധരിത്രി,യേകി-
പിഴയായ് സർവ്വവും ബ്രാഹ്മ കുലത്തിനായ് !
വ്യാപ്തി പൂണ്ട തപസ്സി,ലേകിദർശനം പരശുരാമന്-
കൊടുത്തു വരമായ് കൈലാസ വാസൻ-
വസിക്കുമായിടം 'വടക്കും നാഥനായ്' !
പടയോട്ടനാളിൽ ഭയമേറി പട്ടൻ-
ഒളിഞ്ഞോടി കൃഷ്ണാ ശിലയോടങ്ങു-
പ്രതിഷ്ടനേടി 'തിരുവമ്പാടിയി'ലുപ-
ദേവത,മാരോ,ടേറെയും !
ത്രിപുര സുന്ദരി ദുർഗ വാഴു-
മിലഞ്ഞിത്തറ 'പാറമേൽ,ക്കാവിലമ്മയും'.
ഭ്രഷ്ട്നീക്കി ത്തമ്പുരാ, നാറാട്ടു പുഴയീന്നേറ്റു വെച്ചു-
ത്രിശിവപേരൂർ,പ്പൂരമായ് !
പാണ്ടി മേളത്തിലിളകി,യാടി,ത്തിമർത്തു-
കൃതാർത്ഥരായ് പ്രജകളോടൊപ്പമാ,ദേവഗണങ്ങളും!
ഉരുട്ടു,ചെണ്ടപതിനഞ്ചു,മൊപ്പ-
മൊറ്റ,ത്താളമായ്തൊണ്ണൂറും,
കൊമ്പു കുഴൽക്കാ,രിരുപത്തൊന്നു വീത-
മിലത്താള മേകാ,നെഴുപത്തഞ്ചു,മൊത്തു-
പാതികാല,ത്തിടതിൽ നിന്നു,മടിച്ചു,മുറുകി,കലാശ-
തകൃത,ത്രിപുട,താളത്തുങ്കത്തിലതി വിസ്മയ-
മോടാറാടി നില്ക്കുമൊരു ജനസഹസ്ര-

പ്പാരാവാരമായ്ത്തിരയിളകി,യാടുന്ന-മഹാപൂരം!
വണങ്ങി നാഥനെ,തെക്കിറങ്ങി-ഗജമസ്തക-
മേറിനിൽപു മുഖാമുഖത്തൊടു ദേവിമാർ.
കുട മാറ്റ മേറിടു മാലവട്ടവും-
വെഞ്ചാമരങ്ങളു,യർത്തിയും,
ഹർഷപുളകിത,മാർന്നു,വാരവ-
തള്ളലാൽ മന മിളകിടും.
ആകാശ വിസ്മയ മുതിർത്തു കമ്പം വിതറു-
മഞ്ചുകത്തൊടു നിറ വർഷമായ്!
ഉപചാരവും ചൊല്ലി പിരിയുവാ,ന്മന-
മേതു,മില്ലാതെ,ചൊന്നു, കൂടിടാം,
വരു മാണ്ടിലിനിയും-
കൂടുവാൻ പൊടി പൂരമായ് !

39. വ്യഥ

അമ്മതൻ പാണിഗ്രസിച്ചു കൊണ്ടാ-
രോമ,ലാരാഞ്ഞു,
അമ്മേ നീ പോരുമോ-
'സ്വർഗത്തി'ലെങ്കൂടെ?
നെഞ്ചു പിടഞ്ഞമ്മ ചൊല്ലിയില്ലേതുമെ-
പൈതലെ വാരി,പ്പുണരു,വതല്ലാതെ !
കെഞ്ചി തന്നമ്മയോടൊരു വട്ടം കൂടി-
യവസ്ഥാനമായൊന്നു കാട്ടമ്മെ,യെന്നായാ -
പൊലിയുന്നൊരർക്കന്റെ ശോഭ നുകരുവാൻ..!
അമ്മേ നീ പുല്കേണ്ട എന്മൃതു മേനിയെ-
പ്പകരുമീ വ്യാധി നിനക്കു,മമ്മേ !
അമ്മിഞ്ഞ,പ്പാലിന്റെ നറുമണം മാറാത്തൊ-
രെന്നെപ്പിരിയുമ്പോൾ നീ വ്യഥ പൂകണ്ട-
ഞാൻ ചെന്നു ചൊന്നിടും ദേവനോടായ്..,
എന്നമ്മയ്ക്കിനിയും നീ നല്കണം
'പുത്രഭാഗ്യം'.

40. ഉദ്ധവഗീത

ഈ,ജന്മ,മത്രയും,നീയെൻ സന്തത-
സഹചാരി,യായെന്നിരിക്കിലു-
മൊരുമാത്ര പോലു മെന്നൊടു-
കേൾപ്പതില്ലൊരു വരവും പലരെന്ന പോൽ !
ആരാഞ്ഞിടൂ മമ പ്രിയാ നിന്ന-
ഭിലാഷ,മെന്തെന്നു-
പൂർത്തിയാക്കി മടങ്ങുവാ-
നാത്മ സംതൃപ്തനായ് ഞാൻ !
അറിയീലയോ കമല ലോചനാ നീ-
യെനിക്കേതുമില്ലൊരു വാഞ്ഛര-
യെങ്കിലും കാല മിത്രയും വാണു നിൻ കൂടെ-
ജിജ്ഞാസയേറെ,യുണ്ടകറ്റുവാ,നാശങ്കകൾ !
അനുശാസനങ്ങൾക്കു വിരുദ്ധമാ-
യാടി നീ നിൻ ലീലകൾ-
കണ്ടു കൊണ്ടിടാറുണ്ടു നൊമ്പരം-
നെഞ്ചി,ലേറ്റോരമ്പു പോൽ !
അപധ ബന്ധവനായ നിന്നെ-
വിശ്വസിച്ചൊരു പാണ്ഡവർ-
ക്കവേശ്യമായ തുണ,യേകിടാതെ-
നിസ്സംഗനായ് നീ നിന്നുവാ-
ച്ചൂതാട്ട വേളയിൽ !?
ധർമ്മ പക്ഷം ചേർന്നിടാ-
ധീനമായ യുധിഷ്ഠിരൻ !

സർവ്വവും തുലച്ചു പാണ്ഡവ-
രീടു വെച്ചാ ദ്രൗപതി !
അപധബന്ധവ'നായിടാതിരു,
പക്ഷവും നീ ചേർന്നിടാതെ–
കണ്ടു ലീല രസിച്ച നീ–
യധർമ്മ മല്ലെ ചെയ്തത്?
മാനമൊക്കെ ഹനിക്കു മൊടുവി–
ലേകി ഭദ്രത ദ്രൗപതിയ്ക്കെ–
ന്നഹന്തയായ് ചൊന്ന,തൊക്കയു–
മുചിതമോ പ്രിയ സ്നേഹിതാ?
ഉദ്ധവ, നീയറിയുന്നുവോ,വീ–
ലോകൈക സത്യ,മെന്തെന്നത് ?
കായ ബല മല്ലിവിടെ സമ്പ–
ത്തേതു മല്ല വേണ്ടത്,
വിവേകമുള്ളോരൊന്നു മാത്രമേ–
വിജയ ഭേരി മുഴക്കിടു !
ചൂതാടി പാണ്ഡവരൊന്നു പോൽ–
ചേർന്നുവാ ധർമ്മ രാജനും–
കൂട്ടിനൊപ്പമായ് ശകുനിയും!
ധർമ്മ, അധർമ്മങ്ങൾ പൊരുതി–
ദാക്ഷിണ്യ,മില്ലാതിരു പക്ഷവു–
മാരുമെന്നെ സ്മരിച്ചിടാ–
ത്തെന്തു പകാര,മവർക്കു ചെയ്യൂ ഞാൻ?
ദുശ്ശാസനാ,ലപമാനി ദ്രൗപതി–
കേണു വെന്നിട,മാത്ര മാണോ–
രവസര,മെനിക്കേകുവാ–
ന്തുണ മൊത്തമായ്!

പ്രതി ബന്ധരായ്ക്കഴിയു,വോർക്കു-
തുണ നീ,യേകുകില്ലെ,ന്നർത്ഥമോ-
വിളി കേട്ടിടാതെ ബാന്ധവാ?
പ്രസന്ന വദനായ് ചൊന്നു പാർഥ-
നുദ്ധവിനോടാ,യിങ്ങനെ–
സ്വകർമ്മ,മാണു ഹേതു നിന്നുടെ-
ജീവിതത്തി,ന്നാധാരമെല്ലാം !
സാക്ഷി മാത്രമായ് ദർശിച്ചീടുവ-
തൊന്നു മാത്രമാ,ണെന്റെ ധർമ്മം !
ഹാ! ഇത്ര നല്ലൊരു സ്നേഹിതൻ നീ,
തെറ്റിൽനിന്നും-തെറ്റിലേക്കുചരിക്കുമെന്നെ-
തട,യേകിടാതെ സാക്ഷി-
മാത്രമായ് നില്ക്കുകെ?!
ഉദ്ധവ, നീയറിയുന്നു ഞാനരികിൽ നിൽക്കുകി-
ലെങ്ങനെ നീ തെറ്റിലേക്കു തിരിഞ്ഞിടും?!
ഞാനരികെ,യുണ്ടെന്നിരിക്കെ നീ-
അപഥമായി നടക്കുകിൽ-
വരുത്തിവെയ്ക്കും വിനകളാമതിൽ-
കർത്തനില്ലൊരു ചുമതല !

41. നിയന്ത്രകൻ

ക്ഷിപ്രമായ് വന്നാ ദിനം-
ഭീതി പൂണ്ടു പുര പൂകി,
പൂട്ടി കതക് വേഗമാ-
മൃതി,യനുഗമിച്ചിടാതെ !
ഓടാമ്പൽ നീക്കിയിട്ടുറ്റു നോക്കീടുമാ-
വാതയനങ്ങൾക്കു,മപ്പുറത്തേയ്ക്കൊരു-
കേഴുമാ വേഴാമ്പലെന്ന പോലെ!
ഹാ,യെത്ര വിജനമീ വീഥിയും നഗരവും-
പ്രേതങ്ങൾ താണ്ഡവ മാടിടുന്നോ?!
ആട്ടിയോടിച്ചു മനുജരെ നിങ്ങൾ-
കരുതിയോ,രീ,ദിനം വന്നിടും-
മർത്യരെ,മർത്യർ ഭയക്കുന്ന കാലം !.
പണിപ്പെട്ടു കൂട്ടിയീ മനുജർ 'ബിഗ്ബാങ്ങ്-
കണി കാണുവാൻ 'ദൈവ കണത്തെയും' !,
ഉപായ മെത്ര ചമച്ചുവെച്ചു നീ-
കുടി,യേറുവാനാ,യുപ ഗ്രഹങ്ങളിൽ !
മട്ടു നിന്റെ യൂറ്റിയത്രയു മധിപ നേകീ-
സ്മരിക്കുവാൻ നിനക്കവെസ്സരം !
ഇപ്രപഞ്ച മൊന്നായ് മെനഞ്ഞു നല്കി-
നിനക്കാവതോളം വിഹരിക്കുവാൻ,
ഓർത്തു വെച്ചിടു വൊന്നു മാത്ര നിൻ-
നിയന്ത്രകൻ'ഞാനെന്ന കാര്യം !
സർവ്വവും തൻ പാട്ടിലാക്കാൻ,

നെട്ടോട്ട മോടിയ മനുജരെ നീ-
ഭ്രമിച്ചു പോയോ നിൻ കാൽക്കീഴിൽ നിന്നും-
മണ്ണൊരൽപം മാറിയപ്പോൾ!

42. വാളയാർ

ദിനംതോറും ദിനപ്പത്രങ്ങളിൽ നിന്നെക്കാണാം...,
വികൃതമാക്കപ്പെട്ട നിന്നസ്ഥി പഞ്ചരങ്ങൾ...!!
മൗലവി ശ്രേഷ്ഠരാൽ പൂജാരിയാൽ..,
പള്ളിമേടയിൽ പാതിരി വൃന്ദങ്ങളാൽ...,
ചാരിത്ര ചോഷണം ചെയ്തവർ പ്രായ ഭേദമെന്യേ-
തൂക്കി നിൻ ഗാത്രമാ മരക്കൊമ്പിലും-
അനലംകൃത,യായിരുളി,ന്നറയിലും !.
ഉരിയാടുവാൻ നിനക്കായിരം-
നാവുണ്ടെന്നിരിക്കിലും,
ഊമയായ് കണ്ഠത്തി,ലമർത്തുന്നു,വാരോ-
നിൻ മൃദു ഭാഷിതം ...!!
നീല ക്കടലിരമ്പും മിഴിക്കോണി-
ലൊളിപ്പിച്ചു വെച്ചൊരാ വശ്യമാം-
തിരകളെ,ത്തല്ലി,ത്തകർത്തവർ നിൻ-
മാനാഭിമാനമാം കടൽ ഭിത്തിമേൽ...!!
കണ്ടില്ല,കേട്ടില്ല,മിണ്ടില്ലയെന്നുവെച്ചീ-
മണ്ണിലെന്തു,മാവുമെന്നോ ?!
ന്യായാസനങ്ങളെ നിങ്ങളെന്ന, ഴിക്കുവീ-
കരിശീല കെട്ടിയ പൊയ്മുഖങ്ങൾ...!
ചാകര കോരുന്ന വാർത്തയായ് ഘോഷിച്ച-
പത്രത്തിന്താളിൽ കണ്ടുവൊരാ, പ്പടം
മറ്റാരുമല്ല-തെന്റെയും-നിന്റെയു-
മമ്മയോ,പെങ്ങളോ,മക്കളാകാം..!!

43. താലി പൊട്ടിയ പെണ്ണ്

മിന്നു കോർത്താ നൂലു കെട്ടി-
ഹർഷ പുളകിതയായി ഗാത്രം.
പൂത്തുലഞ്ഞൊാ മോഹമൊക്കെ-
പ്പടികടന്നു കൂടെ,നൂലു തീർത്തൊരു-
ബാന്ധവത്താൽ !
ഏറു,മേറുമാ വാഞ്ഛരയൊക്കെ-
യേറ്റി,യിഴകളായ് താലി നൂലിൽ!
പാരതന്ത്ര്യത്തി,ലുഴലുമാ,മൽ-
സഹ ധർമ്മചാരിയെയും-
ക്ലേശമേകി കടമേറ്റി വെച്ചു.
ഇഴ കൂടി വന്നാ മിന്നു നൂലിനിപ്പോൾ-
ചരടുപോലെ തടി കൂടിവെന്നു !!
താലി പൊട്ടിയ പെണ്ണവൾ-
വിഹാര വിവശയായ് മുന്നേറിയേറ്റം!
ദൂർത്ത മോഹത്തൊടു കുതിച്ചു പാഞ്ഞു-
കടിഞ്ഞാണു മുറുകിയൊ,രശ്വമായ് !
അറുതി കൊള്ളാൻ വ്യാജമായ്-
വ്യൂഹാര മേറെ ചെയ്തവൾ.
ഹനിച്ചു പലരെ സൈനേഡു കൊണ്ട്-
മാർഗ വിഘ്നം നില്ക്കുവോരെ!
കടത്തി കനകം കടലിനക്കരേന്ന്-
തുണ കൂട്ടി,നയതന്ത്രജ്ഞ ഗണത്തെയും.

ചരടു വള്ളിയി,ലിഴകളേറി,യേറി-
തൂക്കു കയറായ് ആടിടുന്നു മുന്നിൽ!

ചരടു വള്ളിയി,ലിഴകളേറി,യേറി-
തൂക്കു കയറായ് ആടിടുന്നു മുന്നിൽ!

44. അപ്പൻ

ഇനി ഞാനാ മണ്ണിലമർന്നു ചേർന്നീടിലും,
പടച്ചിടേണ്ടാ മണ്ണു കൊണ്ടിനിയുള്ള ജന്മം-
അത്രമേൽ പീഡകളേറ്റു പോയീ ജന്മ മത്രയും !
എങ്കിലുമുണ്ടൊന്നു യാചിക്കുവാനാ,യെന്ന--
പ്പന്റെ ഗന്ധം പരക്കുമാ മണ്ണെൻ കൂടെ-
കൂട്ടിക്കുഴയ്ക്കണ,മടുത്ത ജന്മത്തിലും!
ഓർക്കുവാനേറെ,യുണ്ടെന്നിരിക്കിലും-
അപ്പന്റെ മുഖ,മല്ലാതോർക്കുവാൻ -
വേറില്ല മറ്റൊന്ന് പ്രിയമുള്ളതേതും !
സ്വന്തമായ് ആശകളേറെ,യുണ്ടായിട്ടു-
മപ്പനടക്കി,യതൊക്കെ തൻ നെഞ്ചക കൂട്ടിൽ-
നടക്കാത്ത മോഹമായ്!
ദു:ഖത്തിൻ പടുകുഴിക്കുള്ളിലും കണ്ടു ഞാനപ്പനെ-
കാണുന്ന ദൈവമായ് താങ്ങിയെൻ പീഡകൾ!.
സ്വേദ കണത്തി,ലലിഞ്ഞോരു മണ്ണിൻ സുഗന്ധത്തിൽ -
മത്തനായ് ഞാനു,മലിഞ്ഞു,പോ,മപ്പനിൽ!
പിന്തിരിഞ്ഞോടാൻ കഴിയാത്ത നാളുകൾ-
ഓർമ്മകളേറ്റുന്നെ,ന്നപ്പന്റെ ചിന്തകൾ !
കാതങ്ങൾ ദൂരെ,യിരുന്നാലു മപ്പന്റെ-
സുഗന്ധം പരത്തുമെൻ ചുറ്റും വസന്തമായ് !
വേർപാടിനൊന്നു മടർത്താൻ കഴിയില്ലെ-
ന്നപ്പന്റെ ചോരയും നീരുമാ –
ഗന്ധമാണെന്നിൽ മുഴുക്കെയും !

45. കരിമാടിക്കുട്ടൻ

തന്വംഗി ,നീ ,തമ്പുരാട്ടി ,ചമഞ്ഞു,
നിന്ന,കത്തളത്തി,ന്നന്തപ്പുരത്തിൽ-
കാത്തിരിക്കുന്നുവാ തിരിക്കല്ലുമായ് വന്ന് –
മാവു പൊടിക്കുമാ നീലിപ്പുലയനെ-
തീണ്ടി,നീ,പലവുരു നിന്മന,ക്കാമ്പിൽ!
നീ,നിൻ മുഖ പടം നോക്കിയും ,
വസ്ത്രാന്ത മേറ്റിയും,
നാണിടം കണ്ടു,മോർത്തു പോ-
യെത്രയോ വട്ടമാ നീലി,പ്പുലയനെ!
ഇല്ലത്തു തമ്പ്രാക്കൾ ഷണ്ഡനെപ്പോലെയും-
പുലയത്തി കൂടൊരു വ്യാഗ്രമായും!
ഇല്ലത്തെ ഭോജ്യം പിടിക്കാത്ത തമ്പ്രാക്കൾ-
കുടിലിൽ ഭുജിച്ചു രസിച്ചു രമിച്ചു.
പേശികൾ മുറ്റിയപുലയനാ,പ്പാടത്തു-
മൂരികളോടൊത്ത് മണ്ണു മഥിക്കുമ്പോൾ,
അഗ്രഹാരത്തിലെ സർപ്പത്തിൻ-
ക്കാട്ടിൽ നിന്നെമ്പ്രാത്തി,യെത്തി –
നോക്കാറുണ്ടാ,പ്പുലയനെ വിവശമോടെ !
അങ്കണക്കോണിൽ കുഴിച്ചൊരാ കുഴിയിൽ-
ഇലയിട്ടു പുലയനു കഞ്ഞീ,മ്പുഴുക്കു മേകി.
ആർത്തിയോടേവം ഭുജിക്കുമാ,പ്പുലയനെ-
വാതിൽ,പ്പഴുതിലൂ,ടെമ്പ്രാട്ടി കണ്ടുനിന്നു.
പുലയനാ,ക്കാവും എമ്പ്രാട്ടിയേം തീണ്ടി,

കാവിലെ സർപ്പങ്ങൾ പുലയനെ,ത്തീണ്ടി!
പുലയനാ,ക്കാട്ടിൽ,പ്പിടഞ്ഞു മരിച്ചതി-
ന്നൊമ്പതാം മാസമാ,ആത്രയി-
പെറ്റൊരു കരിമാടിക്കുട്ടനെ!

കാവിലെ സർപ്പങ്ങൾ പുലയനെ,ത്തീണ്ടി!
പുലയനാ,ക്കാട്ടിൽ,പ്പിടഞ്ഞു മരിച്ചതി-
ന്നൊമ്പതാം മാസമാ,ആത്രയി-
പെറ്റൊരു കരിമാടിക്കുട്ടനെ!

46. രാവണൻ

മോഹിച്ചതൊക്കെ വശത്താക്കുമാ-
'ദശാനനൻ' - തീണ്ടാതെ,നുകരാതെ,
നുള്ളി നോവിക്കാതെ-
കണ്മണി പോലോളെ-
കൺപാർത്തു കൊണ്ടവൻ!
നുകരുമാ പൂമ്പൊടിക്കൊപ്പമാ-
വണ്ടൊന്നു തൊട്ടാ,ലതിലൊട്ടു-
മേശും പരിഭവ മേതുമാ,പ്പൂവിനും!
എന്നാലു മേറ്റമിച്ഛാതുരം ഭഞ്ജിച്ചു-
'ദശഗ്രീവൻ' മാനിച്ചു,പാലിച്ചാ-
ജാനകി,തന്നശോക വനികയിൽ.
മൂക്കത്തു കോപം ചുമക്കുമാ രാവണ-
നെന്തേ കെടുത്താഞ്ഞു,മാനമാ സീത-
തന്നോമലാം പെങ്ങൾ തൻ-
മൂക്കും മുലകൾ മുറിച്ചീടിലും!
കാലം ശഠിച്ചൊരു,രാവണൻ വേണമെന്ന-
വനെ വധിക്കുവാൻ രാമനായും.
ബ്രഹ്മാവു നൽകിയോ,രമർത്യമാ,മമൃതു-
ദ്രവിക്കുകിൽ മാത്രമെ വധിക്കാൻ-
കഴിയുള്ളു ദശഗ്രീവനെ,യെന്നു-
മന്ത്രിച്ചു വിഭീഷണൻ രാമപക്ഷം !
അർത്ഥത്തെ മോഹിച്ചു വഞ്ചിച്ചു ജ്യേഷ്ഠനെ-
ഹനിക്കുവാൻ കൂട്ടായി രാമനൊത്ത് !

ദിഗന്തം നടുങ്ങുമാറുച്ചത്തിൽ ഗർജ്ജിച്ചു രാവണ-
നല്പമാം ഭീതിയാൽ രാമനും ശങ്കിച്ചു.
ഇന്ദ്രനയച്ച രഥത്തിൽ വിരാജിച്ച് രാമനാ-
മാതലി തന്നുപദേശത്തി,ലെയ്തൊരാ-
ബ്രഹ്മാസ്ത്ര മറ്റ കയ്യേറ്റ ക്ഷണത്തിൽ
പിടഞ്ഞു മരിച്ചു, ദശാനനൻ ഭൂമിയിൽ!
വിഭീക്ഷണാ,നീ ചെയ്ത ചതികളാണിന്നും-
ധരിത്രിയിൽ നീതിയായ് നടമാടുന്നു, കഷ്ടം? !

47. കടലാസുതോണി

കാർകൊണ്ടൽ മാനത്തീന്ന-
ലിവോടും കണ്ണു തുറന്ന-
തിരേകം പെയ്തു മഴ,
കള കളമായ്പെയ്തു മഴ.
കഴുകുമതാം ധരയാകെ,
നീർത്തുള്ളികളാ,ലൊന്നൊന്നായ്-
പുതുമണ്ണിൻ പുദ്ഗലവും-
കോൾമയിർ കൊണ്ടങ്ങേറ്റം!
തൊടുവിൽ,ക്കൂടൊഴുകി വരും,
നീർച്ചാലുകൾ നീളുന്നാ-
തെരുവോരം ചേരുമതാം-
തോട്ടിന്നല,യോളത്തിൽ...,
നീരണിയി,ച്ചെങ്കയ്യാൽ-
അച്ഛരനവൻ നിർമ്മിച്ചാ-
ക്കടലാസ്സിൻ തോണി ചരിച്ച-
കലുന്നു മൂകമതായ്!
ഇരുകരയിൽ നിര നിന്ന്-
യാത്രാമൊഴി ചൊല്വതു പോൽ-
തലയാട്ടും പുൽമേടും,കാടുകളും,
തുള്ളികൾ തൻ ദ്രുത താളത്തിൽ-
ചാഞ്ചാടു,ന്നവയെല്ലാം !
നീർച്ചാലുകൾ, ചെറുതോടുകൾ-
ചേരുമതാം പുഴ തന്നി-

ലുൾപ്പുളക,മേറ്റം കൊണ്ട-
കലുമൊരാക്കളി വഞ്ചി.
തുഴയാനില്ലാരാരും-
അമരക്കാരില്ലാതെ,
ഒഴുകി വരും ചെറു തെന്നൽ-
തഴുകീടുകി,ലോടുന്നൊരു-
ചെറുതോണി,യകലു-
ന്നെൻ നൊമ്പരമായ്!!
ഒഴുകിപ്പോയ് കാലങ്ങൾ-
കടലാസ്സാം തോണികൾ പോൽ,
ഓർമ്മകളാം ചെപ്പുതുറ-
ന്നോടുന്നാ കളി വള്ളം !
സ്മൃതിയേറും ചിരാതുമായ്-
യാത്രയാ,യവസ്സാന-
ക്കടലാസ്സു തോണിയതും-
ഒരുനാളും മടങ്ങിടാത്തോരെ-
ന്നച്ഛന്റെ ആത്മാവു തേടി!

48. പീലാത്തോസ്

തെരുവിലേക്കൊന്നു കൂർപ്പിക്കു-
കാതുകൾ,കേൾക്കു,മാക്രോശി-
ച്ചാർത്തു,നയിക്കും,ജ്ജനം-
സത്യത്തിൻ തോളിൽ,ക്കയറ്റിയാ-
ക്കുരിശുമായ് നീങ്ങുന്നു നീതിമാൻ,
നാട്ടുവാ,നവനെ,യാക്കാൽവറി-
ക്കുന്നിൻ നെറുകയിൽ!.
ഇവിടെ,യീ,ക്കാണുമരാ-
ജകത്തിൻ നൃപൻ നീ മാത്ര-
മാണെന്നറിയൂ പീലാത്തോസെ!
ജനതതിയേയും,മതഭ്രാന്തരേയും-
സന്തൃപ്തരാക്കുവാ,
നടിയറ വെച്ചു നിൻ-
നീതി ബോധത്തെയും,
തത്വ ശാസ്ത്രത്തെയും,
ബലികഴിച്ചോടുവിൽ-
വിധിച്ചു,വന്യായമായ്-
സത്യമാം ക്രിസ്തുവെ-
വിട്ടു കൊടുത്തു,കുരിശ്ശിൽ-
ത്തറയ്ക്കുവാൻ!
യഹൂദ,രൊന്നാ,യാർത്തു വിളിച്ചു,
നീതിയ്ക്കു പകരമായ് വിടുതൽ-
നൽകീടുവാ,നാമത ഭ്രാന്തനാം-

കൊടും കൊലയാളിയെ-
യന്നു പോലിന്നു,മാവർത്തി-
ക്കുന്നു,വാകസ്മികം നമ്മൾ തന്നിടയിൽ!
മുപ്പതു വെള്ളിക്കാശ് കിട്ടു-
മെന്നാകിൽ ഭ്രമിക്കുമാ-
യൂദാസ,ല്ലേവനു മൊറ്റുന്നു,
നിർദോഷി തൻ രക്തം-
ചീന്തു,വാനായന്നു,മിന്നും !.
കരിന്തുണിച്ചീന്തു മറച്ച നിൻ-
കൺപടം നീതിയെ,ക്കാണാ-
തിരിക്കുവാൻ തന്ത്രമായ്-
ചെയ്തു വെച്ചാരോ-
കുതന്ത്രമായ് പണ്ടത്!
അതിനാലെ സത്യം,
കുരിശ്ശേറുന്നു പിന്നെയും!.
കാലത്തിനൊത്തു ചരിക്കുമാ-
പ്പീലാത്തോസ്സി,ന്നനുയായികൾ-
തുടരുന്നു,യിന്നും,വ്യവഹരിച്ചാ-
ടുവിൽ,കൈക്ക,കഴുകുന്നു-
വീണ്ടും സത്യത്തിനെതിരെ!
നീതിശാസ്ത്രങ്ങളെ നിങ്ങ-
ളഴിക്കുവീ,ക്കരിന്തുണി,ക്കെട്ടു-
മുറുകുമാ,പീലാത്തോസ്സി-
ന്മുഖതാവിൽനിന്ന്.

49. വള്ളിനിക്കര്‍

അച്ഛരന്നരിഷ്ടത തീരുവതെന്നാണോ?
പുത്തനാം നിക്കറിന്‍ കാത്തിരി,പ്പേറെയായ് !
വള്ളി മുറിഞ്ഞൊരാ നിക്കറുമിട്ടു ഞാ-
നാണ്ടു തികച്ചുവാ സ്ക്കൂളിന്നകത്ത്!
അമ്മ ശ്രമിച്ചു പലകുറി തുന്നി-
ക്കോലം കെടുത്തിയെന്‍ നിക്കറിന്റെ !
ഓലക്കളിപ്പന്തു,മോലക്കളി വാച്ചും-
ചെയ്തു തന്നച്ഛന്‍ ചേത മതെന്ന്യെ!
ഒരു കണ്ടമാ,ത്തുണി,നിക്കറിന്നായയച്ഛര-
നേറെ,പ്പണിപ്പെട്ടു,യേറെ നാളായ്!.
അമ്മതന്‍ കൂടെയാ,ക്കാവില്‍ വിളക്കിനും,
അച്ഛരനോടൊപ്പ,മങ്ങാടിയിലും,
കൂട്ടുകാരൊത്തു കളിത്തട്ടിലു-
മേക,നിക്കറാണൊന്നു കുളിച്ചു മാറാന്‍!
നിക്കറിന്‍ വള്ളിയില്‍ തുപ്പല്‍,നനച്ചന്നു-
മാച്ചൊരാ സ്ലേറ്റിലെ അക്ഷരങ്ങള്‍-
വിട ചൊന്നു,വെന്നോടു വ്യസനമോടെ!
ഒരു കയ്യിലേന്തുമാ പുസ്ത,ക്കെട്ടും-
മറുകയ്യാല്‍ പൊട്ടിയ നിക്കറിന്‍ വള്ളിയും-
താങ്ങി നടന്നോറെ ദൂരമാ നീളുന്ന വഴിയിലൂടെ.
കൊതിയൂറു,മുപ്പൂമാ,പാതി പൊതിഞ്ഞു ഞാ-
നിട്ടുവാ നിക്കറി,ലമ്മയ്ക്കു നല്‍കുവാന്‍!
ചോദ്യത്തി,നുത്തരം കിട്ടാതെ നില്‍ക്കുകില്‍-

മാഷിൻ വക പെട കൊണ്ടൊരാ നിക്കറു-
കേണു വെന്നോടൊത്തു മൂകമായി!
ബെഞ്ചി,ലൊഴിച്ച മഷി പടർന്നാ-
നിക്കർ,കണ്ടുരസിച്ചൊരാ-
ബാലികാ വൃന്ദങ്ങ,ളെന്തു നിനച്ചു-
താൻ ഋതുമതി,യായെന്നോ-
രവ,രറിയില്ലെ,ന്നച്ഛരന്റെ നിലയൊന്നും!.
ഓർമ്മകളേറെ,പ്പുതഞ്ഞൊരാ-
ക്കാലത്തീ,ന്നോർത്തെടുത്തേറെ-
യെന്നച്ഛരന്റെ ഓർമ്മ,യോടൊത്തു-
മായാതെ നില്ക്കുമാം "വള്ളിനിക്കർ"!

50. ആദരഞ്ജലികൾ

(സാം എബ്രാഹാമിന് സമർപ്പിച്ച്)
ജീവരേണുക്കൾ ചിന്തി ഞാൻ നിന്റെ
കാൽക്കലെർപ്പിക്കുന്നെൻ ദേഹവും ദേഹിയും...!!
ഇന്നലെക്കണ്ട കിനാവുകളൊക്കെയും-
ക്ഷണികമായ്പ്പോയാ ജല കുമിളപോൽ..!
അകതാരിലാത്മ പ്രിയയുമെന്നുണ്ണിയും-
അച്ചനുമമ്മയും മിന്നിമറഞ്ഞു-
ക്ഷണ ഭംഗുരങ്ങളായ്...!!
സ്നേഹത്തിലമ്മ പൊതിഞ്ഞു വാരിത്തന്ന –
മാമത്തിൻ രുചി നാവി,ലൂറി,യൂറിയും...!!
കുഞ്ഞു വിരൽത്തുമ്പി,ലച്ചൻ-
പിടിച്ചുനടന്നതും...,
കൊതി തീരുവോളം ജീവിച്ചു തീരാത്ത-
പ്രിയയവൾ തന്നുടെ ദൈനീയ ദൃഷ്ടിയും...,
നെഞ്ചിലുറക്കവും അംബാരി കേറലും-
തികയാത്തൊരെൻ പൊന്നിളം പൈതലും...,
അകതാരിൽ അവർ തന്ന ആലിംഗനത്തോടെ
വിടചൊല്ലി വേറിട്ടു പോകുമെന്നാത്മാവു മന്ത്രിച്ചുമെല്ലെ
"വന്ദേ.....മാതരം...!!"

51. വഴിത്താരകൾ

ചരടു കെട്ടിയ പട്ടമായ് മുകളേറി-
യേറി,പ്പാറി,യൊടുവിൽ,
ക്കെട്ടു,പൊട്ടി,യുലഞ്ഞു താഴെ-
പെട്ടടിഞ്ഞു തകർന്നുപോയ് !
ഞാണു ചുറ്റിയെറിഞ്ഞ പമ്പര-
മാക്ക, മറ്റുകിൽ നിന്നിടു-
ന്നൊടുവിൽ വീണു പിടഞ്ഞിടുന്നതു-
കണ്ടു കൗതുക മേറെയും!
പൊട്ടി വിടരു,മപ്പുലരിയൊക്കെ-
യേറ്റി വന്നിടു,മാശയേറ്റി-
യൊടുവി,ലാദിന,മോടിടുന്നോ-
രനുഭവങ്ങളേറെ,യേകി !
ആശയേറുകി,ലേശവു-
മരികി,ലണയരുതേവരിൻ,
ഒടുവിലാശ നശിച്ചൊരാ-
തീര മേറാൻ വെമ്പിടും.
അറിവേറെയുള്ളൊരു ജ്ഞാനിയും-
മൂഢനിൽ മഹാമൂഢനു-
മൊന്നുപോലെ ശ്രവിക്കുകി-
ല്ലപര,നോതും ചൊല്ലുകൾ!
വേഗമേറെ,യേറിയാലും ലക്ഷ്യമില്ലാ-
തോടുമോട്ടം വ്യർഥമായൊ,രുദ്യമം.
തകരാതെ,കാത്തിടു,മ,പ്പുഴയതൊക്കെ-

നേടുവാനിനി,യൊന്നുമില്ലേൽ!.
ചങ്കു പൊട്ടിടു മൊടുവിൽ മക്ക-
ളെന്തു,നീ,ചെയ്തെന്ന് കേൾക്കുകി-
ലപ്രാണനറ്റിടു മീനുപോലെ -
പടപടാ,പ്പിടയുന്നു ചങ്ക്!
അമ്പാരിയേറ്റിയ നാളുകൾ-
മുന്നിൽ നിന്നു കിതച്ചു തൽക്ഷണ-
മെരിയുന്നു മാനസ,മപ്പടി-
ചെരിഞ്ഞിടുന്നോ,രാശയറ്റ-
കുഴിയാനപോൽ!!

52. കർഷകർ

സ്വപ്നങ്ങളോടൊ,ത്തായുസ്സും-
കുഴിച്ചിട്ടീ മണ്ണിലിത്ര കാലം-
സ്വേദ കണങ്ങളാൽ സേചനം ചെയ്തവ !.
ഉണ്ണിയെപ്പോലെ വളരുന്നൊ,രാർജ്ജവം-
കണ്ടു മന:കൊണ്ടൊരുൾ,പ്പുളകത്തോടെ!
ചാഞ്ചാടി,യാടി,യുലയും ദലങ്ങളെൻ-
സാമീപ്യമേറെ കൊതിച്ചിരുന്നു.
സിരകളിൽപ്പായുമാ മുഷ്ണ രേണുക്ക-
ളൊഴുകി,യെന്മ്മേനിയി,ലുറയുമാ-
ലവണ രസത്തെ നുകർന്നുണ്ണി ചൊന്നു-
ഹാ-യെത്ര സ്വാദാണചച്ചരന്റെ മേനിക്ക്!
അന്തിക്കതിരോൻ ചേക്കേറുംവ്വരെ,പ്പാടത്ത്-
ഞാറുനട്ടോളൊപ്പം വ്യഥകളും പങ്കിട്ട്.
ഇരവിന്റെ മാറിൽ തലചായ്ച്ചുറങ്ങുകി-
ലകക്കാമ്പിലായിരം നാമ്പുകൾ തളിരിട്ടു.
ആശയ്ക്കു ഭംഗം വരാതെ വളർന്നവ-
യായുസ്സു നീളുമാ,ക്കാലമൊക്കെ.
മോഹിച്ചു നട്ടു വളർത്തിയ വിളവെല്ലാം-
മലയപ്പുലയന്റെ വാഴക്കുല പോലെ-
തട്ടിപ്പറിക്കുവാ,നെത്തി തമ്പ്രാക്കന്മ്മാർ !
കുതന്ത്രരാ.ലെന്നിട്ടെഴുതിച്ചു ശാസനം-
കർഷകനില്ലേതു,മേതുമില്ലധികാരം-
തങ്ങൾ തന്നുൽപ്പന്നം നേരിട്ടു വില്ക്കുവാൻ!

അന്നം തരുന്നോർക്കുപകാരമായിന്നു-
കാരിരുമ്പാണികൾ തീർത്തു തമ്പ്രാൻ!.
ധരണിക്കവലംബമായ കൃഷിക്കാരെ-
പീഡിക്കുവെങ്കിൽ വരുത്തിവെച്ചീടും-
മഹാക്ളേശമൊന്നാകെ നാടിന്.

53. സഹദായുടെ പടയാളികൾ

സഹദാതൻ നാമത്തെ-
കാക്കുമൊരാ ജനതതിയെ,
കാത്തുപരിരക്ഷിക്കു-
ന്നവനേറ്റും കുന്തത്താൽ..!
വിടവാങ്ങിയവരോരോന്നും
വിശ്രാമം കൊള്ളുകിലു-
മവർ ചിന്തിയ സ്വേദത്തി-
ന്നാധാരമിതാം മകുടം-
നാടിന്നും നാട്ടാർക്കും വാഴ്ച്ചേറ്റി-
ക്കൊണ്ടുനില കൊള്ളുന്നഭിമാനത്താൽ,
സഹദായുടെ നാമത്തിൽ.
പടിപടിയായ് നിൻ നാമം,
വാനോളം പുകളേന്തി-
ക്കൊൾവതിനായ് ഒരുമയോടൊ-
ത്താചാര്യരു, മൽമ്മായരു-
മദ്ധ്യാനിച്ചതിരേകം വീര്യത്താൽ !
തലമുറയായ് കൈമാറിയൊ-
രുശ്ശിരിന്നും ചോരാതെ-
തരണങ്ങളെതിരിട്ടു മുന്നേറും
-സഹദാതൻ പടയാളികളെ,
അഭിമാനത്തോടൊത്തു-
നമിച്ചീടാം സഹദായെ...!

പിന്നാക്കം നോക്കാതെ യത്നിക്കാമെമ്മാന്നയി-
കയറീടാം പടവുകളിൽ -
വിജയക്കൊടി നാട്ടാനായ്-
സഹദായുടെ നാമത്തിൽ -
കർത്താവിന്നനുയായികളായ്,
വർത്തിക്കുമൊരാ ജനതതിയെ,
കാത്തുപരിരക്ഷിക്കു-
ന്നവനേറ്റും കുന്തത്താൽ..!

54. അച്ചരനെന്ന എ ടി എം

കാത്തിരുന്നാ,പ്പടി വാതിലിൽ-
വരക്കണ്ണുമാ,യച്ചരനെ.
മൂവ്വന്തി നേരത്തിലെത്തി,യച്ചരൻ,
പേക്കോലമായ്-കോലായിലഴിച്ചുവെച്ച-
ന്നത്തെ ക്ലേശത്തിൻ മാറാപ്പുകൾ !
അവസ്സരം നോക്കി,യടുത്തുട,നച്ചരന്റെ-
യരികത്തു,ചൊന്നേറെ,യാവശ്യങ്ങൾ.
പട്ടിണിയോടു പടവെട്ടു,മച്ചര-
നെവിടന്നടുപ്പിക്കു,മപ്പണ-
മെന്നോരു ശങ്കയാൽ!
രാവുകളേറെ പരിചിന്തി,ച്ചുത്തരം-
കിട്ടാതെ,യച്ചരൻ നിദ്രാ വിഹീനനായ്.
ഒടുങ്ങാത്ത മോഹങ്ങൾക്കുടൻ പണമാ,യച്ചരനി-
ന്നേവർക്കു മൊന്നുപോൽ വർത്തിച്ചിടുന്നു!
ദിനന്തോറു,മേറിയൊരാശകൾ,ക്കൊത്തച്ചര-
നൂറ്റമായ് വേലയിൽ വിശ്രാമമില്ലാതെ!
ഉടൻ പണം കായ്ക്കുന്ന മരമാണച്ചര-
നെന്നേവരും നെഞ്ചിൽ കരുതി വെച്ചു.
കാർഡു കടത്തി വലിക്കും പണത്തിന്റെ-
എടിയമാണച്ചര,നേവർക്കു,മിന്ന്.
നോട്ടുകൾ കണ്ടൂ ഭ്രമിച്ചൊരാ മക്കൾ-
പിൻവലിച്ചേറ്റവു,മുത്സാഹമോടെ!

നിലച്ചുപോയൊരു,നാളി,ലേടിയമാ,മച്ഛര-
നൊടുവിലാ,മക്കളറിഞ്ഞ,ച്ഛരനാം
എ ടി യ മെന്തെന്ന് !

55. ആനയും പാപ്പാനും

പെറ്റിട്ട നാൾ മുതൽ പുത്രനെപ്പോലെ-
പരിരക്ഷ.യേകിയീ, പൊന്നു പാപ്പാൻ.
കുപ്പിപ്പാൽ തന്നതും നേന്ത്രപ്പഴങ്ങളും-
ശർക്കരച്ചോറും ഭോജ്യമായ് തന്നു നീ.
ഉമ്മയും തന്നു നീ,യൂട്ടിത്തരാറുള്ള-
ഉരുളയ്ക്കു സ്വാദു,മിരട്ടിയല്ലോ?
നദിയിൽ നീരാട്ടു നടത്തുമ്പോൾ പലവുരു-
ചീറ്റി ജലധാര നിന്റെ മേലപ്പോൾ!
ലക്ഷ്മണ രേഖ പോൽ വെച്ചുവാ-
തോട്ടിയും കോലുമെൻ ദേഹത്ത-
ളന്നിടാൻ മര്യാദ,യെത്രയുണ്ടെന്ന് !
വേല കഴിഞ്ഞു മടങ്ങുന്ന വഴിയിലെ-
ഷാപ്പിന്റരികിലായ് നിർത്തിടു മൊറ്റയ്ക്ക്.
കള്ളു കുടത്തോടെ മോന്തി മടങ്ങീടു, മപ്പോൾ-
കരുതിയൊരു കുടം കള്ളു, മെനിക്കായ്!
മത്തു പിടിച്ചു മടങ്ങിടുമാ വഴി-
ക്കെത്തി നോക്കീടുമാ, ക്കൂട്ടത്തെയൊട്ടും-
ഗൗനിച്ചിടാതെ, യെൻ പാപ്പാനു മൊത്ത്-
വേച്ചു വേച്ചടി വെച്ചു പൂകി മനയിൽ-
മത്തരെന്നാരു, മറിഞ്ഞിടാതെ.
നെറ്റിയിൽ പട്ടവും ചമയങ്ങൾ ചാർത്തിയും-
തലയിൽ, ത്തിടമ്പേറ്റി തലപൊക്കി-
നിന്നുവാ, ക്ഷേത്ര നടയിൽ.

കൈകൂപ്പി നില്ക്കുമാ ഭക്തരോടൊന്നിച്ചു-
മൗനമായ് പ്രാർത്ഥിച്ചു പാപ്പാനു വേണ്ടി!
നിനക്കാത്ത നേരത്ത് മനയിൽ നിന്നെത്തി തമ്പ്രാക്കൾ-
കൂട്ടി, പ്പുറപ്പെട്ടു പാപ്പാന്റടുത്ത്.
വായ്ക്കരിയിട്ടു കിടത്തിയ പാപ്പനെ-
കണ്ടു കുതിച്ചതി വ്യസനമോടെ.
ചിന്നം വിളിച്ചു കരയുന്ന നേരത്തു-
കൂടിയാക്കൂട്ടരു, മൊപ്പം കരഞ്ഞു.
തുമ്പിക്കൈ കൊണ്ടു തൊട്ടു തലോടി-
മുത്തങ്ങളേറെ, ക്കൊടുത്തുവാ പാപ്പന്.
തമ്പ്രാക്കൾ ചൊന്നു മടങ്ങു നീ, യുണ്ണി-
യപ്പോളവനേകി, യന്ത്യോപചാരം,
തുമ്പിക്കൈ പൊക്കിയും കണ്ണുനീർ വാർത്തും!

56. നല്ല അയൽക്കാരൻ

സ്വപ്നമല്ലേ നമുക്കേവർക്കും –
നല്ലോ, രയക്കാര, നായിടാൻ ?
പാടുപെട്ടേറെ ,ത്തിരഞ്ഞു ചുറ്റും,
നല്ലോരയൽക്കാരനെ, ക്കണ്ടീടുവാൻ!
അതിർ വരമ്പുകൾ ഭേദിച്ചിടുന്നോൻ,
അന്യന്നുയർച്ചയി ,ലസൂയ പൂണ്ടിടുന്നോർ,
സ്വകാര്യതയി, ലെപ്പൊഴും നൂഴ്ന്നു കേറീടുന്നോർ ,
വെളുക്കെ, ച്ചിരിക്കയും തമ്മിലടിപ്പി-
ച്ചതു കണ്ടു നിർവൃതി കൊള്ളുന്നോരേറെയും!,
അത്താഴ പഷ്ണിക്കാരുണ്ടോന്നു കേൾക്കയും-
അത്താഴമേവം കൊടുക്കാതിരിക്കയും,
മഹാമാരി പെട്ടിട്ടുഴലുമ്പോളപ്പുറ-
ക്കിളിവാതിലിൽ നിന്നെത്തി നോക്കീടുവോർ,
കണ്ടിട്ടും കാണാതെ പോകുന്നോ, രേറെയും,
മരണത്തിൻ കൈപ്പിടി തട്ടിത്തെറിപ്പിച്ചു-
സർവ്വ മുപേക്ഷിച്ചു വീടു പറ്റീടിനാ-
നതിമോഹ മോടെയടുക്കും പ്രവാസിയെ-
യാട്ടി, യോടിച്ചൊരാ, നമ്മളാ. മേവരും-
നല്ലയൽക്കാരെന്നോ?!
നല്ല അയൽക്കാരനവനാണ് നിന്നുടെ-
കഷ്ടത കണ്ടറിഞ്ഞോടിയെത്തീടുന്നോൻ,
ക്ലേശത്തിൽ സാന്ത്വനം കൊണ്ടു മൂടീടുന്നോൻ,
വിദൂരസ്ഥനെങ്കിലു മലിവോടെ നിസ്വാർത്ഥമായ്-

മുറിവുകൾ കെട്ടിയോൻ "നല്ലശമര്യനായ്",
സത്രത്തിലേക്കുടൻ തോളിലേറ്റിപ്പരി-
രക്ഷയേകീടുവാൻ തത്രപ്പെടുന്നവൻ !
ദുഃഖത്തിലെന്നും സമാശ്വാസ മേകുന്നോൻ,
ജീവിത പാന്ഥാവിലൊറ്റയായ്പോയവർ ,
അനാഥരും രോഗികൾ വിധവമാർ ദുഖിതർ -
പീഡിതർ നിന്ദിതരെല്ലാർക്കു മൊന്നുപോൽ-
കൈത്താങ്ങു നൽകുന്നോ,നവനാണ്സത്യമായ്-
"നല്ലഅയൽക്കാരൻ" !
ഉണർത്തിടാം നമ്മളിൽ നല്ല സമര്യതൻ സദ്ഗുണം-
വർത്തിച്ചിടാമിനി "നല്ലയൽക്കാരനായ്".

57. ശിലയും ശില്പിയും

കൂട്ടരൊത്തു രമിച്ച നാളുകൾ-
കൂട്ടുകൂടി ലസിച്ചു ശിലമേൽ.
മെനഞ്ഞു സ്വപ്ന മമ സഖിയൊടൊത്തു-
ച്ചേർന്നിരുന്നാ ശിലക്കു മേലെ!
പാലുപോലെ വെളുത്ത പൗർണ്ണമി-
യേകിടാറുണ്ടു സായൂജ്യ,മപ്പോൾ!
കണ്ണു ചിമ്മിടും താരകങ്ങൾ-
പൊഴിച്ചിടാറുണ്ട് പുഞ്ചിരി!
വർണ്ണമേഘങ്ങ,ളിണ ചേർന്നിടുന്നൊരാ-
വിഹായസിൽ ചാലിച്ചെഴുതി,യെത്ര-
പ്രേമ ചിത്രങ്ങളൊന്നിച്ചു നാം!
മൗനിയായ് മിഴി കൂപ്പി സന്ധ്യ-
ആദിത്യ നരുകിലണഞ്ഞ നേരം !
പാകി,യിട്ടൊര,നുരാഗ വിത്തുകൾ-
വേരു വെച്ചിടും മുമ്പേ കരിഞ്ഞുപോയ്!
കോറിയിട്ടൊരാ പ്രണയ വാക്കുക-
ളയവിറക്കുവാ,നെത്തിടാറുണ്ടു-
സായാഹനമോടെ നിന്മടിയിൽ ഞാൻ.
വിരഹിണി നീ തന്നുപോയൊ,രോർമ്മകൾ-
നിഴൾ വിരിക്കുമീ ശിലക്കുമേൽ!
പാടുപെട്ടു കനിക്കുമാ ശില-
കൊത്തി മാറ്റി നിൻ തനി രൂപമായ്!
സായൂജ്യമടയാ,നെന്തിതില്ലെ-

മേകിടും നിൻ സാമീപ്യമല്ലോ?!

മേകിടും നിൻ സാമീപ്യമല്ലോ?!

58. സ്ത്രീധനം

ഋതുമതിയായന്ന നാൾ മുതൽ-
നെഞ്ചിലേറ്റി കനലച്ഛനമ്മമാർ!
പാർത്തു നേര മതി ശ്രീക്രമോടെ-
നടത്തിടേണം വേളി മകളുടെൻ!
പൊരുത്ത മൊത്തൊരു ചെക്കനാവണം,
ജോലിയുള്ളതു മായിടേണം.
പെണ്ണുവേണം ചെക്കന്-
സുന്ദരി,യവളായിടേണം,
കുല മഹിമയ്ക്കൊത്ത സ്വത്തും-
ഏറെയായാ,ലൊക്കെ നന്ന്!
ആവശ്യാങ്ങളറിഞ്ഞു ശ്വശുരൻ-
തുണച്ചിടുന്നവ,നായിടേണം.
ജാതകങ്ങൾ ചേർത്തു കിട്ടാൻ-
ജോത്സ്യരാഞ്ഞു പരിഹാര മാർഗ്ഗം.
ധൃതി കൂട്ടി നടത്തി മംഗല-
മേറെ,യേറ്റം തകൃതിയോടെ!
ഏഴു ജന്മങ്ങൾ കൂടെ വാഴാൻ-
ദൈവ സാക്ഷിയായ് ചാർത്തി താലി.
നല്ല പേരു ചൊല്ലി വിളിച്ചിടേണം,
കെട്ട പേരു വിളിച്ചുവെന്നാൽ-
പ്രേമ, മപ്പിടി ചോർന്നുപോം.
ഇടയ്ക്കിടയ്ക്കു ചൊന്നീടേണം-
നല്ല വാക്കുകള,വളൊടായ്.

സ്ത്രീധനത്തിൻ മത്തുകേറി-
ഭ്രാന്തു കേറിയ തലമുറ.
അത്യാർത്തി മൂത്താ,മരുമകന്റെ-
വിചാരമൊക്കെ വളഞ്ഞുപോയ്!
അഗ്നി സാക്ഷിയായ് താലികെട്ടിയ-
പെണ്ണി,നേറ്റതി,പീഡകൾ!
കലികാല,മിന്നു നടമാടിടുന്നു-
ദുർഭൂത,മായിയാ-സ്ത്രീധനം!
മംഗല്യ സൂത്രവുമെന്നതിപ്പോൾ–
വെറും സൂത്രമായ് പരിണമിച്ചുവോ?
എത്ര മക്കളൊടുക്കി ജീവൻ-
സ്ത്രീധനത്തിൻ നെറി കേടിനാൽ?!

59. വേർപാട്

കണ്ടു ഞാൻ തെരുവി-
ലെന്നമ്മ പിടയുന്ന കാഴ്ച –
കണ്ടു നിലച്ചെന്റെ സ്പന്ദനങ്ങൾ.
കണ്ടു ഞാൻ തെരുവിലെന്നച്ഛൻ-
ചുമക്കുന്നു -ഓക്സിജൻ കുറ്റിക-
ളവ കണ്ടു നിൽക്കുന്ന നിശ്ചല പ്രതിമകൾ.
എരിയുന്നുവായിരം ചിതകളിന്നീ മണ്ണിൽ-
ചിലതൊക്കെ ജീർണ്ണിച്ചൂഴവും കാക്കുന്നു.
ഒടുവിലാ സഹധർമ്മിണി ഒറ്റയ്ക്കു വിട്ടുപോയ് –
തുടക്ക,മായൊടുക്കത്തെ യാത്രയും തെക്കോട്ടു-
പേറിയാ ദേഹവു,മേറ്റിയാ സൈക്കിളിൽ!
കൂശലങ്ങ,ളായിരം ചൊന്നവ,ളാത്മാവ് –
ഓർത്തെടു,ത്തോരോന്നും വ്യഥ മുറ്റി,യെന്മനം.
കൊഴിഞ്ഞ കാലത്തിന്റെ സ്മൃതികളായ്-
തിരകളെൻ മാനസ ഭിത്തി തകർക്കുന്നു ഓമലേ !
നിൻ തിരുനെറ്റിയിൽ ഞാൻ തൊട്ട സിന്ദൂരം -
മായ്ക്കുവാനാകില്ലെൻ ചങ്കിലെ കനലിനും!
ഊഴവും കാത്തു ഞാനേറെയായ് നിൻപക്ക –
മോമലേ കുന്തിച്ചിരുന്നു വിവശനായ് .
ഓക്സിജനില്ലാതെ പട്ടുപോയ് നീയെങ്കിലു-
മവസ്സാന പട്ടടയ്ക്കില്ല വിറകുകൾ!
ഉണ്ട് നമുക്ക് ഗോശാലകൾ ചുറ്റിനു-
മില്ലില്ല ചികിത്സാലയങ്ങൾ നമുക്കിന്നും !

ആരെ,പ്പഴിക്കുമി,ന്നാരെ ശപിക്കു-
മെന്നോർത്തോർത്തു മെല്ലെ നടന്നു വിഷണ്ണനായ്–
വേർപാടിനല്ലലൊതുക്കി -
യെന്നിടനെഞ്ചിൽ!

60. ഹൃദയം

കുട്ടി,ക്കുറുമ്പനാ,യമ്മക്കു കുഞ്ഞി-
ലമ്പാരി,യേറ്റിടാ,നച്ചരനെന്നും.
കഴുവേറി,യെന്നാക്രോശിച്ചു,വാശാൻ-
കാതു കിഴിച്ചു പറിച്ചു,വന്നാളിൽ!
മാഷിന്റെ മുന്നിലെ,ക്കഴുതായാ,യെന്നും-
നിസ്സംഗനായ് മിഴി പൂട്ടി നിന്ന നാൾകൾ!
ചങ്ങാതി,മാരൊത്തു വർത്തിച്ചു ബാലിശ-
ദണ്ഡനം ചെയ്തോരാ കുസൃതി ദിനങ്ങൾ!
വേളി കഴിഞ്ഞുട,നമ്മ ചൊന്നു ചാരെ-
മകനേ നിനക്കില്ല ഹൃദയമൊട്ടും!
കുട്ടികൾ രണ്ടു കഴിഞ്ഞപ്പോൾ ധർമ്മിണി-
വേറിട്ടു ചിന്തിച്ചു,വെന്നു നിനച്ചതും,
ഒന്നിനും കൊള്ളാത്തൊ,രച്ചരനായ്
താനെന്നു ശങ്ക തുടങ്ങിയാ മക്കൾക്കു മപ്പോൾ!
നിഴലുകൾ പോലും പിറുപിറുത്തെപ്പോഴും-
ഹൃദയമില്ലാത്തവൻ പോകുന്നു നിഴൽ പറ്റി!
വന്യമായ് കുടിയേറും ചിന്തക,ളോരോന്നു-
മഥിച്ചുവാ ചങ്കിനെ രൂക്ഷമായി.
വന്നണഞ്ഞൊരു ദിനം ഠഡതിതിയില-
ന്നക,ക്കാമ്പി,ലായിരം തീ പടർത്തി.
വിശ്രമ ഹീനനായ് സ്വരുക്കൂട്ടിയ,തൊക്കെയും-
വെള്ളിത്തിരപോലെ മിന്നി മറഞ്ഞു ത്വരിതമായി!
കണ്ണുകൾ മെല്ലെ,ത്തുറക്കുമ്പോൾ മുന്നിൽ-

ശോച്യമാ,യുറ്റു നോക്കുന്നോരാ വൃന്ദത്തിൻ-
ചുണ്ടുകൾ മൂകമായ് മന്ത്രിച്ചു,യേവം,
"ഉണ്ട് നിനക്കൊരു ഹൃദയമുണ്ട് "

61. കൊറോണം

ചിങ്ങപ്പൊൻ മാനത്ത്
സിന്ധൂരം വിതറിയപോൽ-
വിടരുന്നൊരു പൊൻ പുലരിയെ-
വരവേൽക്കാൻ കൊതിയായി!
കോടി മണം പുതയുന്നൊരു –
പുത്തനുടുപ്പണിയേണം,
കൂട്ടരൊടൊ,ത്തൊന്നിച്ച്
കൂത്താടി നടക്കേണം.
ആകാശം തൊട്ടുതൊടും
ഊഞ്ഞാലിൽ ആടേണം !
ഉള്ളിൽ നിന്നാധി പറന്നു-
യരുംവരെ ആടേണം!.
പൂവിളിയും പുലികളിയും,
തുമ്പി തുള്ളീടേണം,
നിറമോലും മുക്കുറ്റി-
ചെത്തിപ്പൂ തുമ്പപ്പൂ,
ആദി ദലാദികാളാലെ –
പൂക്കളവും തീർക്കേണം.
തുമ്പപ്പൂ ചിരി വിടരും,
നിറച്ചുണ്ടിൽ ആർപ്പിടുമാ--
മുത്തശ്ശികളോടൊപ്പം,
തിരുവാതിര,യാടേണം.
സ്വപ്നത്തിൻ തേരേറി-

പ്പായുന്നൊരു മന:താരിൽ-
തെളിയുന്നഭിലാഷങ്ങൾ,
തിരതല്ലും കടൽപോലെ !
പാലൊളി തൂകീടുന്ന ചിങ്ങ-
നിലാവൊളിയിൽനി-
ന്നടി വെച്ചങ്ങടി വെച്ച-
ങ്ങാഗതനാം മാബലിയെ-
എതിരേല്ക്കാൻ തുടികൊട്ടി ,
മാനസ്സ,മൊരു പൂരം പോൽ!
തൂശനില വെട്ടേണം,
സദ്യയതിൽ ഉണ്ണോണം,
കാത്തുകാത്തേറെ നാളാ-
ദിനവും വന്നണയാൻ.
പെട്ടെന്നൊരു ദിവസത്തിൽ ,
അച്ഛനെയവർ കൂട്ടിപ്പോയ്-
തിരുവോണത്തിന്നാളിൽ,
തിരികെയവർ കൊണ്ടോന്നു.
തൂശനില നീളത്തിൽ,
വെട്ടിയതിലച്ഛനെവെ-
ച്ചവസ്സാന കർമ്മങ്ങൾ
ചെയ്യതുകണ്ടകലത്തായ്
നിലകൊണ്ടു ജീവച്ഛവമായ്!

62. മരണപത്രം

എത്ര തവണ മാറ്റി എഴുതിയെൻ മരണപത്രം?
പഴയതിൽ നിന്നൊന്നു മാറ്റുമ്പോൾ,
ബാക്കിയെല്ലാം നിനക്കുള്ളതാവണം,
എന്നു മാത്രമാണെന്റെ മോഹം !
ഓരോന്നു പുതിയ,തെഴുതുമ്പോഴും-
നിന്റെ വീതത്തിൽ നിന്നാണു കുറഞ്ഞത് !
മനസ്സെപ്പൊഴും ഭാരപ്പെടും-
നിന്റെ പങ്കു കുറയുന്നതോർത്ത് !.
പഴയ പല്ലവിയിൽ നീ ചൊല്ലും -
നിങ്ങളായ് മുടിച്ചതല്ലല്ലോ-
എല്ലാം മക്കൾക്കു വേണ്ടിയല്ലോ?
ദുഖത്തിൽ സാന്ത്വനമേകിയെന്നും,
ഇടറി വീണപ്പോൾ താങ്ങായ് നിന്നു നീ !
മോഹങ്ങൾ ഏതുമില്ലാതെ-
കഠിനമായ് നീ ജോലി ചെയ്ത നാളുകൾ,
ഒറ്റ ബെഞ്ചിൽ ചടഞ്ഞുകൂടി -
കാത്തിരുന്നു കൂട്ടിനായ് ആതുരാലയത്തിലും !
നിമിഷങ്ങൾ കൊന്നു ദുസഹമായ്-
ചോര ഊറ്റുമാ കൊതികിനെയും.
ഒന്നിനോടൊന്നു നീ ചേർത്തു വെച്ച –
സ്വത്തിനെല്ലാം അവകാശി നീയൊന്നു മാത്രം !
ഒരിക്കലെന്നോ പോയിടേണം,
അന്നു നീ ഒറ്റയായിടുമ്പോൾ-

ബാക്കിയായ് ഞാൻ എഴുതിയൊരി "മരണപത്രം"
സ്വന്തമായ് നീയാക്കിടേണം ,
അവിടെ എന്നന്ത്യ വിശ്രാമത്തിനായ്-
ആറടി മണ്ണെനിക്കു നൽകിടേണം!

63. ചിത

ചിത,നോക്കുകി,ലെരിയുന്നോ-
രകലത്താ,യിടു കാടുകൾ തീരുമതാ,മ്പാടത്ത്-
കുളിർ കായും ലാഘവമോ-
ടെരിയുന്നൊരു തീക്കുണ്ഡം.
ചെറു ചൂടിൻ ചാരത്തിൽ-
ചികയുന്നോ,രമ്മയൊടേവം ചൊന്ന-
തിരേകം വ്യഥയോടാ-
മകൾ തന്നസ്ഥി ഗണം,
ചീന്തി, യെടുത്തെൻ മാന -
മെരിയിച്ചെൻ ദേഹത്തെ-
യാരാരും കണാതെ !
സോത്സാഹത്തോടേവം, ത്താളിച്ചു-
വളർത്തിയ നിങ്കാർകൂന്തൽ, ക്കുലയെന്തേ-
ക്ഷൗരം ചെയ്തീ വിധമായ് -
നീതി ലഭിക്കാഞ്ഞതിനോ?
നിന്നൻപുള്ള മുടിച്ചുരുളിൽ നിന്നേശുമതാം-
സൗരഭ്യ, മെവിടെപ്പോയ്ത്തിരയും ഞാ-
നെന്നസ്ഥികളിൽ, ക്കുളിരേകാൻ ?!
പീഡിച്ചൊരു ഗ്രാമ്യനുമൊ, ത്തനുരഞ്ജന-
മായിക്കൊാ,ണ്ടന്യോന്യം വേളി കഴിക്കു-
വിനെന്നു ശഠിക്കു ,മിരയോ ,ടഗ്രനാം-
ഭാരത-ന്യായ-ശ്രേഷ്ഠനാവുമോ-
തന്നോമനയാം മകളോടാണെന്നാകിൽ ?

ചിതപോലും കേഴുന്നോ, രെരിയുമതാ-
ങ്കൊള്ളികളായ് നാരികളെ-
കത്തിച്ചീ, ച്ചിത തന്നിൽ വഞ്ചിച്ചിട്ടവസ്സാന-
ത്തെളിവേതും മേകാതെ !

64. പുൽക്കുടിൽ

മനമിന്നും ചികയുന്നു-
ചിരകാലം ഊഷ്മളമായ്!
പുൽക്കുടിലിൽ പൂത്തോരാം-
സ്വപ്നത്തിൻ സായൂജ്യ-
മിന്നില്ലീ സൗധത്തിൽ!
ഇട മുറിയാ,തടരും മഴ,
കച്ചികൾ തൻ വിടവിൽക്കൂ-
ടിറ്റിറ്റു ഗളിച്ചിടുമാ-
നീർധാരയി,ലലിയു,മക-
ക്കാമ്പേറ്റ മതിരേകത്താൽ!
ഇറവെള്ളം തട്ടിരസി-
ക്കാനുള്ളോ,രഭിലാഷം-
തിരതല്ലിയകതാരിൽ
വൻകടലിൻ തിരപോലെ!
മോഹങ്ങൾ, സ്വപ്നങ്ങൾ-
പൂത്തതുമീ പുൽക്കുടിലിൽ,
ഉദരത്തിൽ വെന്തിടുമാ-
പശിയുടെ ചൂടെന്തെ-
ന്നറിഞ്ഞതുമീ പുക്കുടിലിൽ!
ചന്ദ്രദ്യുതി പരന്നിടുമാ-
ഗ്രീഷ്മത്തിൻ രാവിങ്കൽ,
പുൽക്കുടിൻ മേൽക്കൂര-
മേയാറുണ്ടതിരേകം-

ചൊടിയോടെ കാർന്നോർമാർ!
കരിപൂണ്ടൊരു കച്ചിയതിൽ,
മദമിളകി മദിക്കുന്ന കരിമാടിക്കുട്ടന്മാർ-
ക്കന്നെന്തൊരു സാഹ്ളാദം!
പട്ടിണിയുടെ പരിവേഷം,
ചാർത്തിയൊരാ മക്കൾക്കി-
ന്നിലയിട്ട് ചോറുണ്ണാൻ-
വിധിപോലൊരു ദിവസ്സമത് !!
ഏകോദര സോദരരായ്,
വാണോരാ കാലമതും,
പൊയ്പ്പോയി പുൽക്കുടിലും.
ഐക്യത്തിൻ നാളുകളും,
സൗധങ്ങൾ കുടിയേറി-
പ്പുൽക്കുടിലിൻ സ്ഥാനത്ത്!
മോഹങ്ങൾ ക്ഷയിക്കുന്നു,
സ്വപ്നങ്ങൾ മരിക്കുന്നു,
ചിന്തകൾ തൻ ഭാരത്താൽ-
നിദ്രയകന്നീടുന്നു!
പ്രതിചേഷ്ടകളായ് നിലനിന്നീ-
ചുവരുകൾ കാർന്നീടുന്നു!
പുൽക്കുടിലിൽ പൂത്തോരാം.
സ്വപനത്തിൻ ചിറകേറി-
വാനോളം ചേക്കേറാൻ,
മന:മൊത്തിരി വാഞ്ഛിപ്പൂ..!

65. തായ് ബന്ധം

നേടിയതൊന്നും എടുക്കാൻ കഴിഞ്ഞീലാ..,
സൂക്ഷിച്ചു നോക്കുവെൻ കൈകൾ ശൂന്യം!
നിങ്ങൾ പുതപ്പിച്ചൊരീ,ക്കോടി വസ്ത്രവും--
ജീർണ്ണിച്ചഴുകിടും നാൾകൾ,ക്കുള്ളിൽ !,
അമ്മതൻ മുത്തങ്ങളേറ്റു വളർന്നതും,
പാപങ്ങൾ പേറി കൊഴുത്തൊരെൻ ദേഹവും,
ബദ്ധരായേറ്റിടുമി,പ്പാപ ഭാരത്തെ-
സർവ്വരും കയ്യൊഴിഞ്ഞീടാൻ സമയമായ് !
കണ്ണടഞ്ഞോരെന്റെ വദനത്തെ മോടിയായ്-
കണ്ണട വെച്ചിട്ടു ചന്തമേകീടുന്നു.
മേനിയിൽ കോടിയും-മേൽത്തരം,
സൗരഭ്യ ലേപവും പൂശി,
കണ്‌മാ മംഗുലി തന്നിലണിഞ്ഞൊരാ-
ഭൂഷണമൊക്കെ തരമ്പോലഴിച്ചു മാറ്റി !
ഈറ്റു നോവി,ന്നൊടുവി,ലപാരമാ-
മാവേശ,മോടമ്മ വാരിപ്പുണരും
തൻ പൊൻ പൈതലെ!
മാറു ചുരത്തി,യവൾ തന്ന സ്നേഹത്തെ-
യോർക്കാതെ-ആകസ്മികമാ-
യയ,ച്ചമ്മയെ വൃദ്ധ സദനത്തിൽ!
ഒരുനോക്കു കാണുവാൻ ദാഹിച്ചു-
മോഹിച്ച, പെറ്റമ്മ-
യൊടുവിലൊരു നാൾ ദിവംഗയായി!

പര ലോകയാത്രയിൽ വിഭ്രാന്തിപൂണ്ടു-
ഞാനേകനായ് പാന്ഥാവിൽ-
ഗതിയേതു,മില്ലാ,തുഴന്നു നിന്നീടുകി-
ലുണർ,ന്നമ്മതൻ കിളിക്കൊഞ്ചൽ
കർണ്ണപുടങ്ങളിൽ,വരിക, വരിക-
യെന്നോമനെ എന്നോടു ചേരുവാ-
നെൻ ഹൃദയം തുടിക്കുന്നു-
നിന്നെ പെറ്റ നാളെന്ന പോൽ!
സ്നേഹം, സഹനം, സഹിഷ്ണുത,
ത്യാഗം, ക്ഷമയെന്നീ-
സത്തുക്കളെല്ലാ,മുരിക്കി,യോരച്ചിൽ-
വാർത്തെടുത്താ സൃഷ്ടിയാ-
ണമ്മയെന്നാൽ!
പൊക്കിൾക്കൊടി മുറിഞ്ഞീടിലും പിരിയാത്ത-
ബന്ധമാണമ്മയും മക്കളുമെന്നാൽ!

66. തെയ്യം

പ്രച്ഛന്നവേഷരായ് ശിവപാർവ്വതി,
വള്ളുവനായുമാ വള്ളുവത്തി-
ക്കേറിയതി മോഹ പാരമ്യത്തി-
ലുണ്ടായി പുത്രനാം കുട്ടിച്ചാത്തൻ!
സന്താനഹീനനാം കാളകാട്ടില്ലത്തെ-
യച്ചനു-ദൈവ ദത്തമായ് ചാത്തൻ
മകനായ് കനിഞ്ഞു!
ബുദ്ധിയും ശക്തിയു,മൊക്കെയുണ്ടാകിലും-
ബ്രാഹ്മണാചാരങ്ങളൊക്കെ വെറുത്തു-
ഗുരുവിനെപ്പോലും നിന്ദിച്ചു ചാത്തൻ!.
ശിക്ഷിച്ച ഗുരുവി നെ വെട്ടിക്കൊലചെയ്ത്-
മോചനം നേടി പറിപ്പിൽനിന്ന്!
കാളകാട്ടില്ലത്തെ കന്നിനെ മേയ്ച്ചവൻ-
കന്നിനെക്കൊന്നു നിണം ഭുജിച്ചു!
നമ്പൂരി പൂണ്ടതി ക്രോധത്താൽ ചാത്തനെ-
മുച്ചൂടുമങ്ങു പ്രഹരമേകി!
എമ്പ്രാത്തി ഓതിയോ,രേഷണി കൊണ്ടു-
തനിക്കേറ്റു പീഡനമെന്നു നിനച്ചവൻ,
കയ്യേറി,യെമ്പ്രാത്തിയെ ക്രൂരമായി!
കലിപൂണ്ട കാളകാട്ടില്ലത്തെയച്ചൻ,
വെട്ടിക്കുല ചെയ്തു ചാത്തനെ,
തൽക്ഷണ-മെങ്കിലു,മുയിർപൂണ്ടു,
ചാത്തനതി ശക്തിയോടെ!

പക മൂത്ത കാളകാട്ടില്ലത്തെയച്ചൻ-
കൂട്ടി മറ്റെബ്രാന്തിരിമാരെ,യൊന്നാകെ!
ഹോമിച്ചു ചാത്തനെ അഗ്നി കുണ്ഡത്തിൽ,
മുന്നൂറ്റിതൊണ്ണൂറ് കഷണങ്ങളാക്കി!
കഷണങ്ങൾ വീണൊരാ ഹോമ-
കുണ്ഡങ്ങളിൽ നിന്നുമുയിർത്തു-
വനേകരാം ചാത്തന്മാരന്ന്!
വെട്ടിയെറിഞ്ഞ നുറുക്കിൽ ചിലത്,
പറന്നകന്നോനവൻ പറക്കുട്ടിച്ചാത്തനും,
പൂവിൽ,പ്പതിച്ചവൻ പൂക്കുട്ടിച്ചാത്തനും,
കരിയിൽ ഗ്രസിച്ചവൻ കരിംകുട്ടിച്ചാത്തനും,
തീയിൽ കുതിച്ചവൻ തീക്കുട്ടിച്ചാത്തനും!
ചാത്തൻ തിമിർത്തഗ്നി നൃത്തമാടി തീച്ചൂളയിൽ,
ചുട്ടുകരിച്ചുടൻ ബ്രാഹ്മണയില്ലങ്ങൾ!
ഗതികെട്ടു ബ്രാഹ്മണർ പരിചിന്തിച്ചതിനായി-
പ്പരിഹാര,മേവ,മടക്കിടാൻ ചാത്തന്റെ കോപം.
കെഞ്ചിയാ ബ്രാഹ്മണർ ചാത്തൻ സമക്ഷം-
തീർപ്പായി ചൊന്നവ,രിനിയുള്ള കാലം-
പൂജിച്ചിടാം നിന്നെ തെയ്യമായി!

67. ഉക്രെന്റെ വിലാപങ്ങൾ

പീഡകളേറിടു മഖിലമീ ലോക-
മിനിയും പാഠ മറിഞ്ഞിട്ടില്ലിതു ഖേദം!
കരിങ്കടൽ തഴുകും കരി മണ്ണു മഥി ച്ച്,
സ്വേദത്തിൻ വിലകൊണ്ടാനന്ദിക്കും ജനത!
നിപറിൻ (നദിയുടെ പേര്) ഓരം,
കനിഞ്ഞൊരു ധാതുവിൽ,
ചോര പടർത്താൻ മുതിർന്ന കാപാലികർ!
മർമര മുതിരും കുളിർ കോരീടും,
രാത്രിയിൽ,ചുവരുകൾ, രാവിൻ താളം
കാതോർത്തീടുന്നേരം,
പൊടുന്നനെ വീണാ ബോംബുകളൊന്നായ്,
നിർദോഷികളാം കൂട്ടം മേലെ!
കോവിഡ്ഡു കാലം തീരുവതിൻ മുമ്പിട-
നെഞ്ചിൽ കനലണയുവതിൻ മുമ്പ-
ച്ചരനെ യാത്രയയച്ചു രണാങ്കണ ഭൂവി-
ലല്ലെങ്കിൽ നിറകൊണ്ടു ഹനിച്ചിടു മച്ചരനെ-
യതു കാണ്മാൻ കെല്പില്ലീ മകന്!
മക്കളനാഥരായ് മിഴിനീർ തൂകി,
വഴിമുട്ടി പോകാ,നിടമില്ലാതെ!
വിലപിച്ചാ വിധവകൾ ചങ്കു തകർന്ന്-
ഒപ്പം അധിപനെ ശപിച്ചതു കേൾക്കാൻ-
കാതുകളുണ്ടായിട്ടും ബധിരൻ,

കാണാൻ കണ്ണുകളുണ്ടെന്നാകിലു-
മന്ധത പൂണ്ട നൃപ,നവ, നേശിയതില്ല വിലാപം-
ദാർഷ്ട്യം മുറ്റുമാ മനമതിലേതും!
കടമായ്ക്കൊണ്ടൊരു വിപഥ പോഷണ-
മായിടു,മൊടുവിൽ പാഷാണമ്പോ-
ലന്നു ജനങ്ങൾ തെരിവിലിറങ്ങും-
ലങ്കക്കായൊരു ദൗർഭാഗ്യമ്പോൽ!
മാപ്പു പറഞ്ഞു നിസ്സംഗതയോടെ-
രാജാസനവും ത്യാഗം ചെയ്താൽ,
മാറിടുമോയീ നാടിൽ ദുർഗതി?
കോലാടുകളെ തമ്മിലിടിപ്പി-
ച്ചാനിണ മൂറ്റാൻ- തക്കം പാർക്കും,
ചെന്നായ് പോലെ-
അയൽക്കൂട്ടങ്ങൾ!

68. യാത്ര

(സമയ മാം രഥത്തിൽ ഞാൻ......എന്ന രീതി)
സ്വർഗ്ഗനാട്ടിൽ പോയിടാനായ്,
എന്തു നന്മ ചെയ്തു ഞാൻ ?
അവനെന്നെ സ്നേഹിച്ചിട്ടും,
പാപ പാത പൂകി ഞാൻ !
എന്റെ ദു:ഖ മെന്റെ ക്ലേശ-
മേറ്റി നാഥൻ തൻ തോളി-
ലിന്നു ഞാൻ മടങ്ങിടുന്നു,
അല്ലലെല്ലാ മൊഴിഞ്ഞ്!
എന്തു ചെയ്യു മെന്തു ചൊല്ലും,
നാഥനെന്നെ ചേർക്കുമ്പോൾ,
നമ്രവാനായ് നിൽക്കുമെന്നെ-
ചേർത്തിടും തൻ മാറോട്!
ഇത്ര സ്നേഹം നല്കിടാനായ്,
എന്തു ചെയ്തു നാഥാ ഞാൻ,
ആയ കാലം പോക്കി ഞാനീ-
ക്ഷോണിയിതിൽ പാപിയായ് !
സ്വർഗ്ഗനാട്ടിൽ പോയിടാനായ്,
എന്തു നന്മ ചെയ്തു ഞാൻ ?
അവനെന്നെ സ്നേഹിച്ചിട്ടും,
പാപ പാത പൂകി ഞാൻ !

69. യുദ്ധം

സ്വേച്ഛാധിപതികൾ തൻ
ധാർഷ്ട്യത്തികട്ടലിൽ-വമിപ്പിച്ചു
വെച്ചുവീയുദ്ധ സന്നാഹങ്ങൾ!
എന്തേയവർ സ്വയം തറ്റുടുത്തി-
പ്പടനിലത്തേയ്ക്കിറങ്ങി ദ്വന്ദ്വ-
യുദ്ധങ്ങൾ നടത്തുവതില്ല?
ശൂരത കാട്ടി മുടിച്ചിടും നാടുക-
ളെന്നാൽ ശമിക്കു,മഹന്ത,യധിപർക്കും!
അലസിപ്പിരിഞ്ഞൊരാ പ്രണയത്തിന്റേറ്റ-
യഗാധമാം മുറിവു പോ-
ലൊരിക്കലും ചേർത്തു വെച്ചീടാൻ കഴിയാ-
തുടങ്ങ സ്ഫടികങ്ങൾ പോലെയും,
യുദ്ധ മുഖങ്ങൾ വികൃത,മാണെപ്പൊഴും!
ഹിറ്റ്ലർ മുസോളനി അക്ബർ അശോക-
നിവരൊക്കെ ചിറകെട്ടി-
രണത്തിൽ നിണത്താൽ!
മാരിയിൽ ലോകം സഹിച്ചേറെ
ദുരിതങ്ങൾ-വിട്ടുപിരിഞ്ഞു,
തന്നുറ്റവ,രുടയോരെ,
എന്നിട്ടുമീ യുദ്ധ മെന്തിന്നറുതിയോ?!
ചതിച്ചുവാ ദശാസനെ രാമൻ വധിച്ചു,
പാണ്ഡവർ കൗരവർ ചത്തൊടുങ്ങി,
ഇന്നും പ്രതിധ്വനിച്ചീടുന്നു-

കുരുക്ഷേത്ര ഭൂമിയിൽ,
"യദാ യദാ ഹി ധർമ്മസ്യ,
ഗ്ലാനിർ ഭവതി ഭാരത,
അഭ്യുത്ഥാന മധർമ്മസ്യ,
തദാത്മാനം സൃജാമ്യഹം"!
എന്നാലുമായിരം ഗന്ധാരി,
കേഴുന്നു മൂകമായ്,
യുദ്ധക്കളത്തിൽ മരിച്ചതൻ
മക്കളെയോർത്തിട്ട്!
ചക്രഗദാധര,നെത്ര,കണ്ടാകിലും-
ഗാന്ധാരി ശാപം മറികടന്നീടുമോ!?
യുദ്ധം രചിക്കുവോർ,
ക്കെന്നുമാ,ശ്ശാപമായ്-
മൂലം നശിച്ചു മുടിഞ്ഞിടു,
മെദുകുല,മെന്നപോൽ!

70. ഒ ടി പി

ഡിജിറ്റലായാ,ലെല്ലാമായി,
വീട്ടിലിരുന്നാൽ കാര്യം നേടാം!
ഒടിപി,യൊന്നടിച്ചു വിട്ടാൽ,
വീട്ടിലിരുന്നും കാര്യം നേടാം!
നെറ്റ് ബങ്കിങ്ങിൽ ഒടിപി,
ബിവറേജാപ്പിൽ ഒടിപി,
റേഷൻ വാങ്ങാനോടിപി-
സർവ്വം മയമായ് ഒടിപി!
വീട്ടു കവർച്ചകൾ കുറഞ്ഞുവന്നു-
ഓൺലൈൻ മോഷണ,മേറിയതോടെ!
പലവിധമെന്യേ കൈക്കലതാക്കിയ ഒടിപിയാൽ-
ബാങ്കിലെ ബാലൻസില്ലാതാവും!
സർക്കാർ ചിലവിൽ ഫോണും തോണ്ടി,
മാസംന്തോറും വേതനമേറ്റിട്ടു-
പഭോക്താവിനെ അക്ഷയിൽ വിട്ടി-
ട്ടാശ്വാസത്തൊടു സമയം കൊല്ലും-
സർക്കാർ ജോലികളഭികാമ്യം!
സർട്ടിഫിക്കറ്റുക,ളക്ഷയ വഴിയായ്-
സ്പെല്ലിംങ് മിസ്റ്റേക്കനവധിയായി!
ഡിജിറ്റലായി പണവും നല്കി-
ഡിജിറ്റലായിസ്ധനവും തന്നിട്ട-
ളന്നു നോക്കീടുമ്പോൾ കണ്ടു-
ഡിജിറ്റലെല്ലാം കളവെന്ന്!

മണ്ണെണ്ണയ്ക്കോ ക്ഷാമമതെന്നാല്‍-
പെട്രോള്‍ നിറയെ മണ്ണെണ്ണ!
മായം ചേരാത്തവയായൊന്നും-
ഭക്ഷിപ്പാനും കിട്ടുകയില്ല!
അരിയില്‍ കാല്ലു കടിച്ചിട്ടാണേല്‍-
ഒരു വായ്‌ച്ചോറു കഴിക്കാന്‍ മേല...,
മുളക് മല്ലി മഞ്ഞള്‍,പ്പൊടി-
യെന്നിത്യാദികളില്‍,
തരമായ് ചേര്‍ക്കും മായമതങ്ങനെ!
എഫ് എസ് എസ് എ ഐ യ്യുലഭിച്ചാല്‍,
ഭോജ്യത്തില്‍പ്പല വിഷവും ചേര്‍ത്തിടാമോ?
ആശുപത്രികളില്‍ ജീവന്‍പോയൊരു-
മൃതദേഹത്തിനു ശ്വാസം നല്‍കി-
ഒപ്പിച്ചീടും കാശുകളങ്ങനെ!
ആധാര്‍, പാന്‍ കാര്‍ഡ്, മൊബൈല്‍ നമ്പ-
റൊന്നോടൊന്നായ് ബന്ധിപ്പിച്ചു,
കൂടെ നാമും ബന്ധിതരായ്!
ഒടിപിയില്‍ ബന്ധിതരായ്!
മഹാബലിയിനി വാഴാന്‍ വരികില്ല,
പിന്നെ, ആരു നിയന്ത്രിച്ചീടുമീ-
ക്കള്ളപ്പറയും ചതികളുമെല്ലാം?

71. ജലന്ധര വധം

വേട്ടയ്ക്കു പുറപ്പെട്ടു പോയൊരാ,
ഗിരിധരൻ-പാഞ്ഞുവാ ദിക്കിലേക്കുതിരും,
മധുരമാ,മേതോ തരുണിതൻ സ്വരധാര തേടി!
കണ്ടു ഭ്രമിച്ചഴകേറിടും കൂളിവാകയെ-
വേൾച്ചക്കു ശാഢ്യം പിടിച്ചതി മാത്രയിൽ!
വിഹ്വല,യായവൾ ധ്യാനിച്ചുടൻ,
ശൈല പുത്രിയോടേവം,
തുണയേതു മപ്പോൾ ലഭിപ്പതിന്നായ്.
മുൻജന്മ തോഴി,യായിരുന്നവൾ,
കൂളിവാക-ആരോരു മറിയാതെ,
ഉണ്ണി ഗണപതി,ക്കമ്മിഞ്ഞയൂട്ടി!
കോപത്താലന്നു ശപിച്ചു,
മഹാദേവി,യവളെ-
പിറന്നിടും നീയിനി ചണ്ഡാള പുത്രിയായ്!
കാൽ പിടിച്ചുടനെ-
യവൾ കേണു മാപ്പിനായ്,
ഗൗരിതൻ മന:മലിഞ്ഞവൾ പക്ഷം ചൊന്നു,
ഇല്ലില്ല സാരമില്ലിനി വരും ജന്മത്തിൽ-
ഭാഗ്യം ലഭിക്കും നിനക്കു വമദേവൻ പുത്രനെ-
മുലയൂട്ടി വളർത്തിടാൻ!
ക്ഷണമാത്രകൊണ്ടു കൂളിവാകയായ് ഗൗരി-
യെന്നിട്ടു ശൃംഗാര,മോടെയടുത്തു-
സദാശിവൻ മുന്നിൽ-

വേൾച്ചയ്ക്കു വട്ടം തികച്ചിടാനായ്!
ഉണ്ടായി മക്കൾ നാനൂറ് പേര് വേൾച്ചയിൽ-
മൂത്തവൻ പേരു കരിങ്കുട്ടിച്ചാത്ത-
നിളയവനോ വിഷ്ണുമായയെന്നും.
ഏല്പ്പിച്ചിരുവരെ കൂളിവാക തൻപക്ക-
ലെന്നിട്ടവർ പൂകി കൈലാസ ശ്രൃംഗം!
ഈഴറ (തുകൽ വാദ്യം) വായിച്ച-
വർച്ചുറ്റി കാടുമാമേടും-
തങ്ങൾക്കു സമ്മാനമായ് ലഭിച്ചാ-
ഋഷഭ-മഹിഷപ്പുറത്ത്!
ഗോത്രത്തി,ലന്നേഴാം പിറന്നാൾ ദിനത്തിൽ-
നാരദർ വെളിവാക്കി,യവർ തൻ ജനകരെ!
ഉടനെ പുറപ്പെട്ടവർ കൈലാസ തുഞ്ചത്തിൽ-
കണ്ടു വണങ്ങിടാൻ മാതാപിതാക്കളെ!
കവാടത്തി,ലവരെ വിലക്കി നന്ദികേശ-
നുടനടി കൈക്കൊണ്ടു വിഷ്ണു-
രൂപമായ് ചാത്തൻ-പൂകിയകൈലാസം
മായാവിലാസമോടെ!
അനുഗ്രഹിച്ചവരെ മടക്കി ലോകത്തേ-
ക്കൊപ്പ,മവർക്കേകി വരദാനങ്ങളും വിദ്യയും!
ഓടുവിലാ സൂത്രവു,മോതിക്കൊടുത്തു-
മൂന്നു ലോകങ്ങളടക്കി വസിക്കു-
മസുരനാം ജലന്ധര വധത്തിനായും!!
പിന്നെ പുറപ്പെട്ടു പോരിനായ് ചാത്തൻ,
ത്രിലോക,മൊക്കെ തിരഞ്ഞു ജലന്ധര-
നെന്നിട്ടു,മെങ്ങു,മൊളിക്കാൻ കഴിയാ-
തൊടുവി,ലൊളിച്ചു കടലിന്നടിയിൽ!

സുദർശന ചക്രത്തിൻ രൂപമായ് ചാത്തൻ-
പിന്തുടർന്നവനെ കടലിന്നടിയിൽ!
ചക്രത്തിൻ ജ്വാലയി,ലാഴി തിളച്ചു,
ചൂടുകൊണ്ടേവം അസഹ്യമെന്നായപ്പോൾ-
പാഞ്ഞു ജലന്ധരൻ ജീവനും കൊണ്ടു-
പുറത്തേക്കുടനെ വധിച്ചു-
വസുരനെ സുദർശന ചക്രത്താൽ!

72. പോറ്റമ്മ

അനാശാസ്യമാ,യമ്മ പെറ്റെന്ന ഹേതുവാ-
ലടർത്തിക്കൊടുത്തുവാ പിഞ്ചിനെ മറുനാട്ടിലേക്ക് !
കാത്തിരിപ്പിൻ ശൈല തുഞ്ചത്തു നി-
ന്നടരും പ്രഭാവ,ത്തൊടുഴുകി നിൻ സ്നേഹ-
പ്രവാഹം കണക്കെയെൻ,പ്ലൂമേനിയിൽ !
ചുരത്താത്ത നിൻമുല,ക്കണ്ണു നുണഞ്ഞിടാം,
നീ തരും സ്നേഹവായ്പ്പൊക്കെ -
നറുമ്പാലെന്നപോലാർത്തിയോടെ-
നിൻ ഗന്ധവും പേറി നിന്മേനിയൊടൊട്ടി-
പെറ്റമ്മ തന്നുടേതെന്നപോലെ !.
മാതൃത്വമെന്നാൽ മമതയാണെങ്കി-
ലടങ്ങാത്ത വർഷമായ് ചൊരിഞ്ഞു നീയെന്മേൽ-
പോറ്റമ്മയാം നീ പെറ്റമ്മയേക്കാൾ,
നെഞ്ചോടു ചേർത്തു രാരീരമീട്ടി !
നിന്മാറോടു ചേർത്തെന്നെ കിന്നരിച്ചോമനി-
ച്ചതിരേകമേവുമാമോദമോടെ !
പേറ്റു നോവിൻ പീഡയറിഞ്ഞീല നീയെങ്കിലു-
മെൻ വേർപാടിൻ പീഡസഹിച്ചതിലേറെയായ് !
അല്പമാം നാളുകൾക്കുള്ളിൽ നീ തന്നുവീ-
ജന്മത്തില് കിട്ടേണ്ട സ്നേഹമെല്ലാം !
കൊതിയായിരുന്നു നിൻ മകനായി വാഴാൻ,
യോഗമില്ലാതെപോയ് ഇനിയുള്ളകാലം,
കഴിക്കണം മന്നിതിൽ പെറ്റമ്മ ചാർത്തിയ-

ദുഷ്പ്പേരുമായ് !

73. കേരളപ്പിറവി

ഇന്നെന്റെ നാടിന്റെ ജന്മനാള്‍.
ദൈവത്തിന്‍നാടെന്നു കീര്‍ത്തിയെഴുന്ന നാട്..,
മാവേലി മന്നന്‍ ഭരിച്ചനാട്-
സര്‍വ്വരു മൊന്നുപോല്‍ കഴിഞ്ഞ നാട്.
ഉത്തുംഗ പര്‍വ്വത തുംഗങ്ങളില്‍-
നിന്നൊഴുകുന്ന പനിനീരിന്‍ നീര്‍ച്ചാലുകള്‍,
നിനക്കാഭൂഷണങ്ങളായൊഴുകുന്നു നീളെ.
വശ്യശൃംഗ വിലാസയായ്-
കേര നിരകളാം കാവലാള്‍കള്‍-
തലചായ്ച്ചു നിന്നെ മൗനമായ്-
യാത്രാ മൊഴികള്‍ ചൊല്ലിയേവ-
മയക്കുന്നു സംഗമിച്ചീടുവാന്‍ സാഗരം.
പള്ളി മണികള്‍ മുഴങ്ങിടുമ്പോള്‍,
ബാങ്കു വിളികള്‍ പ്രതിധ്വനിച്ചിടുമ്പോള്‍,
ഓംകാര മന്ത്രവുമൊത്തു ചേര്‍ന്ന-
നുഗ്രഹമായൊരെന്‍ ജന്മനാട് കേരളം !
ജനിച്ചനാടിന്‍ സ്പന്ദനങ്ങള്‍-
തുടി കൊട്ടുമെന്നിട നെഞ്ചിലെന്നും.
കുടിച്ച കുത്തരിക്കഞ്ഞിതന്‍ രുചി -
നാവിലൂറുന്നു നിന്‍ പേരു കേള്‍ക്കെ !
സ്വര്‍ഗ വാതായനം തുറന്നുവെച്ചാല്‍-
കണികാണുമെന്‍ നാടു കേരളനാട്.
സിരകളില്‍ രേണുക്കള്‍ തിളച്ചിടുന്നു,

ദൈവത്തിൻ നാടെന്നു പുകളേറ്റിടുമ്പോൾ!

74. ഗുരുദക്ഷിണ

ഗുരു ദക്ഷിണയായ് ഞാനെൻ-
തള്ളവിരൽ തന്നീടാം,
നല്കിടാമപ്പാടെ,യുരിഞ്ഞിട്ടെന്മാനസവും!
ഒരുനാളും തീർത്താലും-
തീരാക്കടമീ ബന്ധം!
ആകസ്മികമായൊരുനാ-
ളടിമപ്പെട്ടർബുദനായ് യീശിഷ്യ-
നേകായ്കരുതിയൊരാ-
ഗുരുദക്ഷിണ നൽകാതെ!
കണ്മുമ്പിൽ നില്ക്കുന്നോ-
രമ്മയിൽ നിന്നിറ്റീടും-
കണ്ണീരിൻ ചെറുചൂട്-
പടരുന്നു തീപോലെ!
താലിയൊഴിച്ചമ്മയുടെ-
പണ്ടങ്ങൾ വിറ്റിട്ടും,
മുട്ടാനില്ലിനി വാതി-
ലേകാനായ്ക്കടമാരും!
ചെറു പുഞ്ചിരി ചുണ്ടിന്മേ-
ലകമെയതി വ്യസനത്തോ-
ടണയുന്നാ ഗുരുവരെനെ-
കൺപാർത്തതിരേകത്താൽ-
കണ്ടുമനം ചഞ്ചാടി!
യാചിച്ചു പിരിച്ചു പണം-

ശിഷ്യന്റെ ചികിത്സക്കായ്-
ഗുരു നല്കിയൊരുപകാരത്തെ-
കൈക്കൊണ്ടു പിതാക്കളത്-
ദൈവത്തിൻ സാന്ത്വനമായ്.
അകലെ നിന്നാത്മഗതം-
ചൊല്ലി ഗുരുശിഷ്യന്മാർ,
മനമപ്പോളർപ്പിച്ചു-
ഗുരുവിൻ തൃപ്പാദത്തിൽ-
സ്വയമേ 'ഗുരുദക്ഷിണയായ്' !!

75. പാഞ്ചജന്യം

പാഞ്ചജന്യം മുഴക്കുവിൻ കൂട്ടരെ-
നേരമേറെ കടന്നുപോയ് മുന്നോട്ടു-
പാഞ്ചജന്യ മുറക്കെ മുഴക്കുവാൻ.
സാന്ദീപനി കേഴുന്നു രക്ഷിക്കുവാൻ-
ശംഖാസുരരിൽ നിന്നു തൻ പുത്രനെ.
കൃഷ്ണ,നിന്നില്ല ധ്വനിപ്പിക്കുവാൻ ശംഖ്-
അസുര,രാ,ലേറു,മരാജകത്തിൻ നേർക്ക്.
നമുക്കു നമ്മൾ തൻ കണ്ഠങ്ങൾ മാറട്ടെ-
കൃഷ്ണനന്നു ധ്വനിപ്പിച്ച ശംഖായി.
പഞ്ചജർ തട്ടിയെടുത്തൊരാ നമ്മൾ തൻ-
ഭാരതാംബയെ വീണ്ടെടുത്തീടുവാൻ-
ജ്വലിച്ചിടട്ടെ കോപാഗ്നിയാ,കൃഷ്ണനായ്!.
വീണ്ടെടുപ്പിൻ സമയം സമാഗമാ-
യെതിർത്തിടാനീ പഞ്ചജർക്കെതിരായി.
ശ്വേത വർണ്ണ പ്രകാശമാ 'പാഞ്ചജന്യം' -
മുഴക്കിയെന്നു,മനീതി.ക്കെതിരെയായ് !
കേൾക്കു നിങ്ങൾ കുരുക്ഷേത്ര ഭൂമിയിൽ-
നിന്നുയർന്നൊരാ ശംഖിൻ ധ്വനികളെ!.
പ്രഭാസ,മാഴിപോലിളകട്ടെ ഭാരതം-
കേട്ടു നിങ്ങൾ തൻ 'പാഞ്ചാജന്യം' -
മുഴക്കും ധ്വനികളാൽ !

76. തിരയും തീരവും

തിരകളായ് തുരുതുരെ വന്നെത്തിയെൻ ചാരെ-
കാതിൽ മന്ത്രിച്ചേറെ.യുന്മാദമോടെ!
തനുവെ,പ്പുണർന്നു പടർത്തുമാ,ത്തിരകളെൻ-
സിരകളിൽ കോൾമയിർ നിറച്ചിടുന്നു.
ചാകര കോരുമെൻ മനതാരിലെ,ക്കുളിർ-
സിന്ദൂരമാ,യലിയിച്ചിടാം തിരകളിൽ !
ചക്രവാളങ്ങളെ സാന്ദ്രമായ് പുൽകുമ്പോ-
ളെന്തേ നീ കൂട്ടുന്നു വെമ്പലെന്നോടിത്ര ?
ആശിച്ചുവേറെ ഞാൻ കാത്തിരുന്നപ്പോഴും-
മടങ്ങുന്നു വീണ്ടും വരാമെന്നു-
ചൊന്നെന്റെ മോഹം തകർത്ത്!
പൗർണ്ണമി കണ്ടു കൊതിച്ചുനീ,യേറ്റിയ-
തിരകൾ സമ്മാനിച്ചൊരായിരം മുത്തങ്ങൾ!
അഗമ്യ മാണെങ്കിലും ചാരത്തടുക്കുമ്പോ-
ളെല്ലാം മറക്കുന്നു സ്വന്തമാക്കീടുവാൻ !
സന്താപ,മോടനു,മാത്ര പിന്നിട്ടപ്പോഴും-
തഴുകി നിൻ സാന്ത്വന,ക്കൈകെളാലെ!
പാപ,ക്കറകൊണ്ടു ലേപിച്ചു,വെമ്മേനി മർത്യരാൽ,
കഴുകാനായെത്തിടും പുണ്യ തീർത്ഥത്തൊടെ !
മിന്നൽ പടർത്തിയും മേഘങ്ങൾ ഗർജ്ജിച്ചു-
മെത്തുമാ,വൃഷ്ടിയിൽ നമ്മൾ രമിച്ചു രസിച്ചതില്ലേ ?
കണ്ണുനീർപോലിട തൂർന്നു വർഷിക്കുമാ വാനത്തെ-
കണ്ടു പുളകമായെത്ര കണ്ടാകിലോ?

കുന്നുകൾ നീക്കി നികത്തിയാപ്പാടങ്ങൾ -
കാടായ കാടൊക്കെ വെട്ടിമാറ്റി!
ധ്വംസനം കൊണ്ടു പിടഞ്ഞപ്പോളൊക്കെയും-
വന്നു സുനാമിയായ് ഹെലനായി
ഓഖിയായ് ഫാനിയായി !,
സഹിച്ചിടാ,മെന്തുമീ,മക്കളെയോർത്തു ഞാ-
നൊടുക്കല്ലെ,യീക്കര,യേറിടും
ക്രോധ,ത്തികവിനാ,ലൊട്ടു-
മോമലെ നമ്മൾ തൻ പ്രേമ,മോർത്ത് !

www.ingramcontent.com/pod-product-compliance
Lightning Source LLC
Chambersburg PA
CBHW061344160726
47995CB00001B/167